ታሪከ ነገሥት ዘኢትዮጵያ

ከንጉሥ ዘርአ ያዕቆብ
እስከ ንጉሥ ናዖድ

TSEHAI ETHIOPIAN ROYAL CHRONICLE SERIES

ታሪክ ነገሥት ዘኢትዮጵያ:

ከንጉሥ ዘርአ ያዕቆብ እስከ ንጉሥ ናኦድ (1426-1500)

ትርጉምና ሐተታ በዶ/ር ደረሰ አየናቸው

The Ethiopian Royal Chronicles

Edited by Richard Pankhurst, Ph.D.

Prowess, Piety, and Politics
The Chronicle of Abeto Iyasu and Empress Zewditu of Ethiopia (1909-1930)

by *Aleqa* Gebre-Igziabiher Elyas
Translated and Edited by Reidulf K. Molvaer, Ph.D.

Chronicle of the Reign of Emperor Menilek II,
King of Kings of Ethiopia

by *Tsahafe Te'ezaz* Gabra-Sellase
Translated in to English by Dominique Lussier from
the French translation from the Amharic by Tesfa-Sillasie.
Published in French and Annotated by Maurice de Coppet

The Chronicle of Susenyos,
King of Kings of Ethiopia (1604-1632)

by *Abba* Meherka and *Azaj* Takla-Sellasse
Translated in to Amharic and Annotated by Haile Larebo, Ph.D.

The Royal Chronicle of Abyssinia (1769-1840)

by *Debterā* Zaneb
with Translation and Notes by Herbert Joseph Weld-Blundell

ታሪክ ነገሥት ዘኢትዮጵያ

ከንጉሥ ዘርአ ያዕቆብ
እስከ ንጉሥ ናኦድ

(1426-1500)

ትርጉምና ሐተታ

ዶ/ር ደረሰ አየናቸው

ፀሐይ

አሳታሚና አከፋፋይ ድርጅት

ፀሐይ
አሳታሚና አከፋፋይ ድርጅት

ታሪከ ነገሥት ዘኢትዮጵያ: ከንጉሥ ዘርአ ያዕቆብ እስከ ንጉሥ ናኦድ (1426-1500)

ዶ/ር ደረሰ አየናቸው © ጥር ወር 2016 ዓ.ም

የመጽሐፉ ዓለምአቀፍ መለያ ቍጥር (መዓመቍ):
[ISBN] 978-1-59-907322-4 [ለስላሳ ሽፋን]፣
978-1-59-907323-1 [ጠንካራ ሽፋን]

የፀሐይ አሳታሚ ድርጅት መጻሕፍትን ለመግዛት ወይም
ድርሰትዎን ለማሳተም ከፈልጉ በአድራሻዎቻችን መልእክትዎን ይላኩልን።

አሳታሚ ኤልያስ ወንድሙ | የሽፋን ቅንብር በቴዎድሮስ ክፍሌ

ፀሐይ አሳታሚ ድርጅት
የመልእክት ሣ. ቁ. 25042 ኮድ 1000
አዲስ አበባ፣ ኢትዮጵያ

TSEHAI Publishers
P. O. Box: 90466
Los Angeles, CA 90009
U.S.A.

www.tsehaipublishers.com
Email: info@tsehaipublishers.com

ካለአሳታሚው ሕጋዊ ፍቃድ በስተቀር፣ ይህንን መጽሐፍ ማባዛት፣ መቅዳት፣
መተርጎምም ሆነ በማንኛውም ዓይነት ዘዴ ማሰራጨት በሕግ የተከለከለ ነው።

የዚህ መጽሐፍ የሕትመት ምዝገባ መረጃ
በወመዘክር የኢትዮጵያ ብሔራዊ ቤተመጻሕፍት እና
በአሜሪካ የኮንግረስ ቤተመጻሕፍት ተመዝግቦ ይገኛል።

ይህ መጽሐፍ በአሜሪካን ሀገር ታተመ።

፩ ፪ ፫ ፬ ፭ ፮ ፯ ፰ ፱ ፲

ማውጫ

፩ ዕውቅና

፫ መግቢያ

1 የንጉሥ ዘርአ ያቆዕብ ታሪክ

መግቢያ	3
የንጉሥ ዘርአ ያቆዕብ አስፈሪ ፍርድና ቅጣት	4
የንጉሥ ዘርአ ያቆዕብ ምሥጢራዊ ቤተ መንግሥት	5
የብሕት ወደድ ዓምደ መስቀል ፍርድ	6
የልዕልቶች ሹመት	7
የአሃዳዊ መንግሥት አስተዳደር መመሥረት	8
የገራድ ማሒኮ አመጽና ፍጻሜ	8
የደብረ ብርሃን ጀጐል ሥራ	12
የጀጐል ቅጥር ጥበቃ	15
የግብር ማዕድ አስተዋጽኦ	18
ጫን ፈረስ	18
የቤተ መንግሥት ማየ ጸበል	19
የንጉሥ የጉዞ ሥርዓት	20
የጨዋ ሠራዊት በየግዛተ-አጼ መስፈር	20
ሥርዓተ ቊርሐት በአክሱም	22
የቤተ ክርስትያን ሥራ በአምሐራ ግዛት	23
የደብረ ምጥማቅ ቤተ ክርስትያን ሕንጻ ሥራ	25
የጎሚት ውጊያ	26
የከረዲን መያዝ	28
ጥልቅ የነገሥታት ከተማ	28
የአባ ኢስጢፋኖስ ተከታዮች ፍርድና የደብረ ብርሃን ስያሜ	29
የደብረ ብርሃን ቸነፈር	31
ሰንበትና የሌሎች በዓለት ድንጋጌ	31
የንጉሥ ዘርአ ያዕቆብ ድርሰቶችና ፍጻሜው	32

35 የንጉሥ ዘርአ ያዕቆብ ታሪክ

መግቢያ	37
የሃይማኖት ድንጋጌዎች	37
ሥርዓተ ቊርሐት በአክሱም	38
የደብረ ነጐድጓድ ቤተ ክርስትያን አመሠራረት	38
አህመድ በድላይን (ገራድ) በተመለከተ	39
ጥልቅ የንጉሥ ዘርአ ያዕቆብ የልደት ከተማ	40
አስከፊው ቸነፈር	41
የልዕልቶች ሹመትና አመጽ	41
ግርፋትና የሞት ቅጣት	42
አሃዳዊ አስተዳደር	43
ስርዓተ ስግደት	43

45	የንጉሥ በእደ ማርያም ታሪክ (1460-1470)	
	ቤተሰባዊ የሥልጣን ሽኩቻ	47
	የልዑል ብእደ ማርያም ሹመት	48
	የንግሥና ሹመት አዋጅ	48
	የከልል ሹመት ተሃድሶ	49
	የሃይማኖት ተሃድሶ	49
	ንጉሥ በአምሐራ ግዛት	50
	አትሮንሰ እግዝእትነ ማርያም	51
	ሥርዓተ ቁርሐትና ሰሞ ንግሥና አወጣዋ	53
	የንጉው በመንዝ ቆይታ	54
	የመንግሥ (ግብር) ጥሪ	55
	የንጉሥ ልዑክ ወደ አደል ስለመላኩ	56
	የዶብአ ዘመቻ	56
	ወረሽኝና የሰፈር ድልድል	59
	የዶብአ ዘመቻ ጽንአት	59
69	የንጉሥ በእደ ማርያም ታሪክ	
	የሀለተኛው ታሪክ ጸሐፊ ድርሰት	71
	የንጉሥ በእደ ማርያም ዜና	76
79	የንጉሥ እስክንድርፐ አምደ ጽዮንና ናእድ ታሪክ (1470-1500)	
	፩. የንጉሥ እስክንድር ዜና (1470-1485)	81
	፪. የሕጻኑ ዳግማዊ ንጉሥ አምደ ጽዮን ዜና	83
	፫. የንጉሥ ናእድ ዜና (1486-1500)	84
87	ዋቢ መጻሕፍት	
89	መጠቁም	

ዕውቅና

ዛሬ በሕይወት የሌሉት ለመሪ ጌታ ሐዋዘ ብርሃን ወልደ ሚካኤል የትርጉም ሥራው አሁን ያለውን ይዘት እንዲኖረው በጥልቀት ሙያዊ ድጋፍ በማድረጋቸው ምስጋናዬ የላቀ ነው። ሥራው ፍጻሜ እንዲያገኝ ለአለፉት አምስት ዓመታት ባለመታከት የአበረታታኝ ወዳጄ አቶ ተክሌ በላይ ግባውን ከልቤ አመሰግናለሁ። ጽሑፉን በጥንቃቄ የተየበችው ለወ/ት ፍቅርተ ሰይፈ ምስጋናዬ አቀርባለሁ። በመጨረሻም ለዚህ ጹሑፍ መታተም ልዩ ደጋፊዎቼ ለውድ ባለቤቴ ሙሉ አቻምየለህ፣ ለልጆቼ ምስጋናሙሉና ይስሐቅሙሉ ደረስ ልባዊ ምስጋናዬን አቀርባለሁ።

መግቢያ

መካከለኛው ዘመን[1] የኢትዮጵያ የሥነ-ጹሑፍ ወርቃማው ዘመን ተብሎ ይታወቃል። በዘመኑ አያሌ ታሪካዊ፣ ሃይማኖታዊ፣ አስተዳደራዊ መጽሐፍት ተተርጉመዋል። ተደርሰዋል። ታሪከ ነገሥት የሚለው ቃል ከይዘቱ ንባብ በኋላ የቀረበ ስያሜ እንጂ በአብዛኛው እነዚህ የታሪክ ሰነዶች ዜና ተብለው ይታወቃሉ። በተለይም ከድህረ መካከለኛው ዘመን (ከኢማም አህመድ ኢብራሒም) በኋላ ዜና የሚለው ቃል በተደጋጋሚ በነገሥታት ታሪክ ውስጥ በሰፊው ጥቅም ላይ ውሏል። ከንጉሥ ገላውዴዎስ (1532-1551) ጀምሮ የተጻፉ የነገሥታት ታሪኮች ምዕራፋቸውን የሚከፍቱት ዜና እንጽፋለን በማለት ነው። ዜና መዋዕል (መዋዕለ ዜና) ግን በተለያዩ የአማርኛ ትርጉሞች የምናያቸው በቅርብ ጊዜ ነው። ዜና መዋዕል የሚለው ቃል ከመጽሐፍ ቅዱስ የነገሥታት ታሪክ ተዛምዶ የተወረሰ ይመስላል።

በመካከለኛው ዘመን የነገሥታት ታሪክ ላይ አይገኝም። በቀደሙት የአማርኛ ትርጉሞች ላይም የለም። በተጨማሪም በአማርኛ ትርጉሞች የገቡት ግን ተክለ ጻዲቅ መኩሪያ አሁን ደግሞ ብዙ የነገሥታትን ታሪክ በመተርጐም ላይ ያለው አለሙ ኃይሌ በየጽሑፋቸው ርዕስ አድርገው ወደ ማኅበረሰቡ የታሪክ ግንዛቤ ውስጥ በመጨመራቸው ነው። ዜና መዋዕልን በከፍተኛ ተቋማት ዕውቅና ያሰጡት ደግሞ የአውሮፓ ሀገር ተመራማሪዎች ታሪከ ነገሥትን ሲተረጉሙ በአገራቸው ዜና መዋዕል ከሚለው ስያሜ ጋር አላምደው በማስተማራቸው ነው።

ይሁን እንጂ በተለይም በዚህ ሥራ ውስጥ የተካተቱት የነገሥታቱ ታሪክ ዜና መዋዕል የሚለውን የፈረንሳይኛው/ የእንግሊዘኛው ትርጓሜ ሊወክል አይችልም ምክንያቱም ዜና መዋዕል የቃሉ ሃሳብ በየዕለቱ/ በየዓመቱ ተደራጅተው የተጻፉ የንጉሥ የሥራ ክንውን የሚዘግቡ ነበሩና። ከሁሉ በላይ ዜና መዋዕል የንጉሡን ይሁንታ የአገኘ ትረካም ነበረ። ከንጉሥ ዘርአ ያዕቆብ እስከ ንጉሥ ናኦድ ድረስ የምናቀርበው የነገሥታቱ ታሪክ የፈረንሳይኛው/ የእንግሊዘኛው ትርጓሜ ዜና መዋዕል ጋር አይስማም።

1 የኢትዮጵያ የመካከለኛው ዘመን በተለምዶ ከአፄ ይኩኖ አምላክ እስከ አፄ ልብነ ድንግል ወይም ከ1262-1521 ያለውን ዘመን የሚያካትት መሆኑን የመስኩ አጥኚዎች ይስማማሉ።

በቅድሚያ በየዕለቱ/በየዓመቱ በተከታታይ የተጻፉ አይደሉም። በመቀጠልም የንጉሥ ዘርአ ያዕቆብ የታሪክ መጻሕፍት ንጉሡ እርሱ ሳያውቅ የተደረሱ ነበሩ። የእርሱ ታሪክ ጸሐፊዎች ትረካውን የሚጀምሩት የንጉሡን መዋዕል /ዘመን/ እንጽፋለን በማለት ነው። ስለዚህ ለተረጎምናቸው እነዚህ የታሪክ ሰነዶች የቀደሙት የጎንደር ታሪክ ጸሐፊዎች ከይዘቱ የወሰዱትን ታሪከ ነገሥት የሚለውን ስያሜ እንከተላለን።

የኢትዮጵያ ታሪከ ነገሥት ዋንኛው ዓላማ የንጉሡን ጀግንነት መግለጽ ነው[2]። ነገሥታት መንግሥታቸውንና ህዝባቸውን ለመታደግ ራሳቸውን በጀግንነት ለመሰዋት ግንባር ቀደም መሆናቸውንም ለማሳየት የተቀመረ የታሪክ ሰነድ ነው። ታሪክ ጸሐፊው ንጉሡ ሕዝቡንና የግዛቱን አስተዳደር ሁኔታ በተመለከተ በወገንተኝነት ያንጸባርቅበታል። የንጉሡን ወገን አጋኖ ቢያቀርብም የዘመኑን የታሪክ ክዋኔ በማቅረብ ረገድ ከታሪከ ነገሥት የተሻለ ሰነድ አይገኝም። ለዚህም ነው ለኢትዮጵያ የመካከለኛው ዘመን አብይ የታሪክ ምንጭ ሆኖ የቆየው።

በመካከለኛው ዘመን መጻሕፍት የሚያዘጋጁት ከታላላቅ ገዳማትና የነገሥታት አብያተ-ክርስቲያናት የተመረጡ ባለሙያዎች ነበሩ። የታሪከ ነገሥት ጸሐፊዎችም በዚሁ ብቃት ይለያሉ። በቤተ መንግሥትም ቀለብ ተቆርጦ ይሰጣቸዋል። ብራና በማዘጋጀት ደግሞ የበዓለ መጻሕፍ ሥራ ክፍል ዋነኛ ነበረ። ይህ የሥራ ክፍል ከ14ኛው ክፍለ ዘመን ጀምሮ በቤተ መንግሥት ስለመቋቋሙ ከሥርዓተ ግብር ሰነድ[3] መረዳት ይቻላል። የበዓለ መጽሐፍ አብይ ተግባሩ መጻሕፍት ለማዘጋጀት የሚያስፈልጉ ቁሶችን በማምረት በተለይም የእንስሳት ቆዳዎችን በመፋቅ ብራና ያወጣል። ቀለም በማዘጋጀት ለቤተ መንግሥት የቁም ጸሐፊዎች ያቀርባል።

እነዚህም ከንጉሥ ዘርአ ያዕቆብ እስከ ንጉሥ ናኦድ የተጻፉ የታሪክ ሰነዶች በቤተ መንግሥት ውስጥ የተሰናዱ ይመስላሉ። እነዚህ መጻሕፍት እንደገና የተገለበጡት በንጉሥ ልብነ ድንግል ቤተ መንግሥት መሆኑን ከትረካቸው መግቢያ ወይም መደምደሚያ ላይ መረዳት ይቻላል። ከዚህም በመነሳት እነዚህ ሰነዶች በንጉሥ ልብነ ድንግል ዘመን እንደተጻፉ የመስኩ ተመራማሪዎች ግምታቸውን ይሰጣሉ። አሁን ያሉት ሰነዶች ልብነ ድንግልን በመጥቀሳቸው፣ የብዕር አጣጣላቸውና ተዛማጅ ማጣቀሻዎችን በመመልከት ሰነዶቹ በ16ኛው ክፍለ ዘመን እንደተጻፉ አጥኚዎቹ ይስማማሉ።[4]

2 ከንጉሥ በካፋ በኋላ የታሪከ ነገሥቱ ጀግና/Hero/ ንጉሥ ብቻ አልነበረም። ንግሥት ምንትዋብ የራሷን ስም ከልጇ ዳግማዊ ኢያሱና ከልጅ ልጇ ኢዮአስ ጋር በታሪከ ነገሥቱ አካታለች። ይኸውም የሴቶችን ጀግንነት በታሪከ ነገሥት በመጨመር ለአጭር ጊዜ ቢሆንም ይዘቱንና ፍልስፍናውን ለውጣለች።

3 M. Kropp, 1988. «The Ser'atä Gebr: A Mirror view of Daily life at the Ethiopian Royal court in the middle ages», *NAS*, 10 (2-3), pp. 52-87.

4 M.Kropp, «La réédition des chroniques éthiopiennes: perspectives et pre-

ይሁን እንጂ ከታሪክ ደራሲዎቻቸው ገለጻ በመነሳት ስንመለከታቸው ግን ጸሐፊዎቹ ከንጉሥ ጋር ልዩ ቅርበት እንደነበራቸው መረዳት ይቻላል። ምክንያቱም የንጉሥ ዘርአ ያዕቆብና የንጉሥ በእደ ማርያም ታሪክ ነገሥት ውስጥ በአንድ አንድ ጉዳዮች ላይ በዓይን ምስክርነት ሲናገሩ በሌላ ጊዜ ደግሞ የጻፉት መረጃዎችን ከሌላ ሰው እንዳገኙ ይተርካሉ። በዚህ ረገድ ጸሐፊዎቹ ትክክለኛውን መረጃ ለመስጠት ጥረት እንደሚያደርጉ መረዳት ይቻላል። የቤተ መንግሥት የውስጥ አሠራርን ሲዘረዝሩም የነገሥታቱ የቅርብ አገልጋይ መሆናቸውን እናስተውላለን። ከብዙ ቆይታ በኋላ ሊታወሱ የማይችሉ ዝርዝር ጉዳዮችን ስናነብ ደግሞ ሰነዶቹ ታሪኩ በሚፈጸምበት ወቅት መጻፋቸውን እንመለከታለን። እንዲሁም እነዚህ ሰነዶች ቆይተው እንደገና ሲገለበጡ የዓይን ምስክሮችን ቃል እንዳለ ማስቀመጣቸውን እንገነዘባለን። መጻሕፍቱን ሲገለበጡ መታሰቢያነቱን ለንጉሥ ልብነ ድንግል በማድረጋቸው ብቻ የቀድሞውን ታሪክ ያዛቡታል ለማለት ያዳግታል። ስለዚህ እነዚህ ሰነዶች በአመዛኙ የዘመኑ የታሪክ ግልባጮች መሆናቸው አያጠራጥርም።

ከንጉሥ ዘርአ ያዕቆብ እስከ ንጉሥ ናኦድ ያሉት ታሪክ ጸሐፊዎች ማንነት በመጻሕፍቱ ላይ አልተገለጸም። ሁለቱ የንጉሥ ዘርአ ያዕቆብ ጸሐፊዎች በመጠኑ የተለያየ እይታ ያንጸባርቃሉ። የመጀመሪያው ጸሐፊ የንጉሡን ዘመን "የለውጥ ዘመን" ግን ብዙ ጭካኔና ሽብር የበዛበት ሲል ይፈርጀዋል። ሁለተኛው ደግሞ "የሰላምና የጸጥታ" ዘመን ሲል ሥርዓትን ለማቆም የተወሰደ የለውጥ እርምጃ በማለት ይገልጸዋል። ሁለቱም መጻሕፍት በንጉሥ ዘርአ ያዕቆብ ዘመን የተደረገውን የሥርዓት ለውጥ ላይ ያተኩራሉ። ሁለቱም ጸሐፊዎች ሕዝቡ በንጉሥ ዘርአ ያዕቆብ የአጋዛዝ ዘመን ላይ የነበረውን እይታ ያስቃኛሉ። በእርግጥ የሁለተኛው ጸሐፊ የመጀመሪያውን ሰነድ ጽሑፍ እፊቱ አድርጎ እየከለሰ የራሱን ጽሑፍ እንዳዘጋጀ ጥናቶች ያሳያሉ።

የንጉሥ በእደ ማርያም (1460-1470) ታሪክም በተመሳሳይ ሁለት መጻሕፍት ቢሆኑም የአቀራረብ ልዩነት ግን የላቸውም። የጸሐፊዎቹ ዋንኛ ዓላማ ከአባቱ ዘርአ ያዕቆብ የደረሰበትን ሐዘን በማብራራት የንጉሡ አብይ ትኩረት ግን እርቅ መሆኑን ይተርካሉ። ለምሳሌ ንጉሥ ብእደ ማርያም በአባቱ የተከለከሉ ግለሰባዊ መብቶች ሆነ የተለወጡ የመንግሥት አስተዳደሮችን ሁሉ እንደቀድሞ መመለሱን ደራሲዎቹ ያስረዳሉ። ንጉሡ ለጸለምት ለአደሉ ሱልጣን የሰላም ልዑክ ከቤተ መንግሥቱ በመሰየምና በመላክ ልዩነቶችን ንጉሡ በእርቅ መፍታቱን ጸሐፊዎቹ በአጽንኦት ይተርካሉ።

---

miers résultants », *Abbay,* n° 12, 1983-84, pp.49-72.

የንጉሥ እስክንድርና ዳግማዊ አምደ ጽዮንና የናኦድ ዘመናት ጸሐፊዎች ደግሞ የመንግሥት ስልጣን የሕጻናት ነገሥታት መንገሥና የታላላቅ ገዥዎች ጣልቃ ገብነት ችግርን አጉለተው ይተርካሉ። መሳፍንቱ የወደዱትን ወራሴ መንግሥት የሚሾሙበትና የሚያወርዱበት በመሆኑ መሳፍንቱ የውስጥ የመንግሥት መዋቅርን አደጋ ላይ የጣሉበት ጊዜ ሲሉ ጸሐፊዎቹ ይዘግባሉ።

እነዚህ መጻሕፍት በሦስት ዋና ዋና የውጭና የሀገር ውስጥ አብያተ-መጻሕፍት ይገኛሉ። በፈረንሳይ ብሔራዊ ቤተ መጽሕፍትና በእንግሊዝ በብሪቲሽ ሙዝየም እንዲሁም በዛሬው አትሮንስ ማርያም /በደቡብ ወሎ በአምሐራ ሳይንት/ ይገኛሉ።

ምንጫቸው ባይታወቅም በአጼ ምኒልክ ዘመን (1882-1907) ወደ አማርኛ የተመለሱ ጅምር ሥራዎችን ከፈረንሳይ ቤተ መጻሕፍት በ2008 ዓ.ም. አግኝተናል።[5] በአማርኛ ቋንቋ በምኒልክ ዘመን የተተረጐሙት እነዚህ መጻሕፍት በብራና ተጽፈው በፓሪስ ብሔራዊ ቤተ መጻሕፍት፣ በደብረ ብርሃን ሥላሴ ቤተ ክርስቲያና በኢትዮጵያ ብሔራዊ ቤተ መጻሕፍትና መዛግብት ይገኛሉ። ምንጩን ሳይጠቅስ አለሙ ኃይሌ ደግሞ በ2008 ዓ.ም. በአማርኛ የሁለቱን ነገሥታት ታሪክ ተርጎሟል። ይሁን እንጂ ከምኒልክ ዘመን የአማርኛ ትርጉም ቅጂዎች የተለዩ አይደሉም።

የአማርኛ ትርጉሞቹ የንጉሠ ዘርአ ያዕቆብና የብእደ ማርያም የመጀመሪያ ጸሐፊዎችን ቅጂ ብቻ ላይ ተመርኩዘው የተጻፉ ናቸው። የምኒልክ ዘመን ቅጂዎች ግን ከአለሙ ትርጉሙ የሚሻሉት የስያሜ አጠቃቀማቸው ከግዕዙ ታሪከ ነገሥት ጋር የተስማሙ ናቸው። አለሙ በርካታ የቃላት ግድፈት ብቻ ሳይሆን ታሪከ ነገሥቱ ያልተጠቀሙትን ቃላት ለምሳሌ አጼ፣ መዋዕለ ዜና የተባሉት ቃላት መጠቀሙ የትርጉሙን እውነታ ወደ ዛሬው የታሪክ ግንዛቤ በማዘንበሉ የመጻሕፈቱን ጭብጥ አስቷል። አለሙ የተረጐመው በችኰላ ከመሆኑ ባሻገር አሳታሚው ድርጅት ራሱ ምንም የቃላት አርትኦት ባለማድረጉ ትርጉሙን ደካማ አድርጐታል። አለሙ የዘርአ ያዕቆብና የብእደ ማርያምን ሁለተኛ ክፍል ጸሐፊዎችን ድርሰት ባለማካተቱ ሙሉ ሰነዶችን አላቀረበም። በመሆኑም የእርሱ ትርጉሞች ከምኒልክ ዘመን ቅጂዎች የተሻሉ አይደሉም።

ስለዚህም የተሟላ የመካከለኛው /15ኛው/ ክፍለ ዘመን ነገሥታት በአማርኛ መተርጐም እጅግ አስፈላጊ ነው። በተለይም ትርጉሙ የአስፈለገው የመካከለኛው ዘመን ጥናት ማዕከል በደብረ ብርሃን ዩኒቨርሲቲ በመቋቋሙ

5 Manuscrit Ethiopian 247, Mondon-Vidailhet collection,BNF (የፈረንሳይ ብሔራዊ ቤተ መጻሕፍት፣)፣ 132 ቅጠል። ከንጉሥ ዘርአ ያዕቆብ እስከ ንጉሥ ልብነ ድንግል ያለውን ታሪከ ያጠቃለላል። በንጉሥ ምኒልክ ዘመን ወደ አማርኛ የተተረጎሙ ናቸው።

የመካከለኛው ዘመን ተማሪዎች ቁጥር ከጊዜ ወደ ጊዜ እየጨመረ በመሄዱ ለእነርሱ የሚመጥን ትርጉም በማስፈለጉ፣ የ1893 (እ.ኤ.አ.) የንጉሥ ዘርአ ያቆብና የንጉሥ በእደ ማርያም እና በ1894 (እ.ኤ.አ.) የንጉሥ እስክንድር፣ ንጉሥ አምደ ጽዮንና የንጉሥ ናአድ ታሪክ የፈረንሳይኛ ትርጉም ብዙ ስሕተት ያለበትና ከአንድ ምዕተ ዓመት በላይ የቆየ በመሆኑና የጀርመኑ የታሪክ ነገሥት አርትኦት ለኢትዮጵያውን ተደራሽ ባለመሆኑ ምክንያት ነው። በተለየም ኢትዮጵያዊን አንባቢዎች ከታሪካቸው ምንጭ ጋር በቀላሉ እንዲተዋወቁ ማድረግ በማስፈለጉም ነው። ለዚህ ትርጉም ሥራ ሦስት አበይት የታሪክ ነገሥት ቅጂዎችን ተጠቅመናል። እነዚህም ከላይ የጠቀስናቸው ሁለቱ የጁል ፐሩሾንና[6] የማንፍሬድ ክሮፕ ሰነዶችና ከዛሬዋ አትሮንሰ ማርያም[7] በ1999 ዓ.ም. የአገኘናቸው የታሪክ ነገሥት ቅጂዎችን ያካትታል።

በየመጽሐፍቱ የተገለጹ ስያሜዎች፣ የቦታ ስሞችና ሌሎች ማብሪሪያ የሚያስፈልጋቸው ቃላቶችና ሃሳቦችም ጭምር ከታሪክ ዘመኑ ጋር በማስተጋበር በግርጌ ማስታወሻ ተብራርተዋል። በግርጌ ማስታወሻ ላይ የተብራሩት አንባቢዎች በቀላሉ እንዲረዱት ተዛማጅ መረጃዎን ከሌሎች የታሪክ ሰነዶች ላይ ለማገናዘብ ጥረት ተደርጓል።

ደረሰ አየናቸው
ደብረ ብርሃን ከተማ

---

6 J. Perruchon, 1893. Les chroniques de Zaʾra Yaʿeqôb et de Baʾeda Mâryâm Rois d'Éthiopie de 1434 à 1478 (Paris: Bouillon, 1893).

7 የአትሮንሰ ማርያም የብራና መጽሐፍ ታሪክ ነገሥት ከንጉሥ ዘርአ ያዕቆብ እስከ ንጉሥ ልብነ ድንግል (4 ቅጠል) በ17ኛው ክፍል ዘመን እንደገና የተገለበጠ እንደሆነ እንገምታለን።

የንጉሥ ዘርአ ያቆዕብ

ታሪክ

(1426-1460)

የመጀመሪያው ታሪክ ጸሐፊ ድርሰት

የንጉሥ ዘርአ ያቆዕብ ታሪክ

መግቢያ

የአካል ሦስትነት የመለኮትና የስልጣን /የመንግሥት/ አንድነት ገንዘቡ በሆነ በአብ በወልድ በመንፈስ ቅዱስ ስም ቈስጠንጢኖስ[8] የተባለውን የመሪያችንና የንጉሣችን የዘርአ ያዕቆብን የመንግሥቱን ሥርዓት ሁሉ መናገርንና መጻፍን እጀምራለሁ።

በባህርዩ የከበረ የማርያም ልጅ ኢየሱስ ክርስቶስ ጽድቁንና መንግሥቱን ሕሊናው እንደ ወደደውና እንደ ፈለገው እንዲወርስ ብዙ ክብርና ሞገስም እንዲያገኝ ሀብተ መንግሥቱን ለአዲሱ ንጉሥ ለልጁ ለልብነ ድንግል[9] እጥፍ ድርብ ሆኖ እንዲጨመርለት ያድርግለት። ኤልያስ በመንፈስ ሰረገላ ወደሰማይ በአረገ ጊዜ የኤልያስ መንፈስ በደቀ መዝሙሩ በኤልሳዕ ላይ እጥፍ[10] ድርብ ሆኖ እንዳደረበት ሁሉ ዘመኑንም ሰማይና ምድር እስኪያልፍ ድረስ ያርዝምለት። አሜን። ይሁን። ይደረግ።

---

8 ቈስጠንጢኖስ የአጼ ዘርአ ያዕቆብ የንግሥና ስም ነበረ። በኢትዮጵያ ነገሥታት ዙፋን በያዙ ጊዜ የንግሥና ስም ይወጣላቸዋል። በንጉሥ በእደ ማርያም ታሪክ ላይ እንደተመለከተው፤ አራት ስሞች በድብቅ ተሰጥተው ዕጣው ይወጣል። ዕጣው በእንጨት ተለይቶ እንደ ነበረ ይገለጻል። ከተዘጋጁት ስሞች መካከል ለአጼ በእደ ማርያም የወጣው ዳዊት ነው። አጼ ዘርአ ያዕቆብም የንግሥና ስሙን የአገኘው በዚህ መሠረት ሊሆን ይችላል። ቈስጠንጢኖስ የሚለው የንግሥና ስም ለአያቱ አጼ ሰይፈ አርዕድና ለልጅ ልጁ አጼ እስክንድር ተሰጥቷል። የንግሥና ስያሜ መጪውን የሥልጣን ዘመኑን በአርአያነት ለመከለተል የሚፈልገውን ጀግና ያመለክታል።

9 አጼ ልብነ ድንግል /1500-1532/ በአህመድ ኢብራሂም በ1521 በሽንብራ ኩሬ ውጊያ ላይ የተሸነፈው የመጨረሻው የሰሎሞናውያን ንጉሠ ነገሥት ነበር። ንጉሥ ከተሸነፈ ጀምሮ /እስከ ዕለተ ሞቱ ድረስ ከአህመድ ኢብራሂም በሸሽት ሲኖር በ1532 በደብረ ዳሞ ገዳም አርፏል። የአጼ ልብነ ድንግል በአጼ ዘርአ ያዕቆብ ታሪክ ነገሥት ላይ ተጠቅሶ መገኘቱ በመግቢያው ላይ እንደተገለጸው የአጼ ዘርአ ያዕቆብ ታሪክ ነገሥት እንደገና ሲጻፍ አጼ ልብነ ድንግልን አርአያነቱን እንደቀድሞ አያቱ እንዲሆን ለማበረታት የተጻፈ ነበረ።

10 ከመጽሐፍ ቅዱስ 1954፤ መጽሐፍ ነገሥት ካልዕ 2፡9። ኤልያስ ሳይሞት በሕይወት እያለ ወደ ሰማይ

የንጉሥ ዘርአ ያቆዕብ አስፈሪ ፍርድና ቅጣት

በንጉሣችን ዘርአ ያዕቆብ ዘመነ መንግሥት በሚፈረደው የቅጣት ፍርድና በኃያልነቱ ምክንያት በኢትዮጵያ ሕዝብ ሁሉ ላይ ከባድ ድንጋጤና ፍርሃት ሆነ። ይልቁንም ደስክ[11] ለተባለው ጣዖትና ለዲያብሎስ ሰገድን በሚሉትና በሐሰተኛ ወሬያቸውም ብዙ የተመረጡ ሰዎችን በሚያረክሱአቸው ሰዎች ላይ ጸና። ንጉሡም ይህንን በሰማ ጊዜ በእነዚያ ሐሰተኞች ምስክርነት እነርሱን ደም በእናንተ ላይ ያድርግ ሲል በእግዚአብሔር ስም አማላቸው። እነዚያንም ሰዎች አብሮ በሞት ቀጣቸው።

ንጉሡ ይሄንን ያደረገው ለእግዚአብሔር ቀንቶ ነው። ለልጆቹም ሳይቀር አልራራላቸውም። ወንዶቹ ልጆቹ ገላውዴዎስ፤ ዓምደ ማርያም፤ ዘርአ አብርሃም በትረ ጽዮን ይባላሉ። ሴቶቹ ደግሞ ድል ሰምራ፤ ሮም ገነየል፤ አደል መንግሻ ይባላሉ። ሌሎችም ስማቸውን ያላወቅኋቸው ብዙዎች ናቸው። ከእነርሱ የሞቱም የዳኑም አሉ። ወንድሞቻቸው ግን ሁሉም ሞተዋል።

ያን ጊዜ የደረሰባቸውን ሥቃይ በአደባባይ አዋጅ ተነገረ። የክርስቲያን ወገኖች ሆይ ሰይጣን የሚያደርገውን ነገር ተመልከቱት ሰዎች ሁሉ ጣዖት ማምለክንና ለደስክ ለዲኖ[12] መስገድን ባስተውናቸው ጊዜ፤ እነሆ ወደ ቤታችን ገብተው ልጆቻችንን አሳቱ። እኛም ከባድ ቅጣትን ቀጣናቸው በማለት የተገረፉትን ሰዎች ገላ ለተሰበሰበው ሕዝብ የግርፋታቸውን ቁስልና የደረሰባቸውን ከባድ ቅጣት ሰውነታቸውን ገልጠው አሳዩአቸው። በዚህ ምክንያት ይህን በነገሯቸውና ባሳዩአቸው ጊዜ ይህን ሁሉ አይተው ሕዝቡ አምርረው አለቀሱ። [ከዚያም ለሕዝቡ] የምሕላ ጸሎት እንዲያደርሱ አዘዟቸው፤ በግንባራቸውም ላይ በአብ ወወልድ ወመንፈስ ቅዱስ እያሉ

በሰማያዊ ሰረገላ እንደተነጠቀ መጽሐፍ ቅዱስ ይገልጻል። የጸሐፊው ምኞት ግን የኤልያስ አገልጋይ በኤልሳዕ ላይ እጥፍ ድርብ የነብይነት ጸጋ እንዳረፈበት ሁሉ የንጉሥ ዘርአ ያዕቆብ መለኮታዊ ስልጣን በአጼ ልብነ ድንግል ላይ በእጥፍ ጸጋ አርፎ እንዲመራው ይመኛል። ስልጣን በዘመኑ መለኮታዊ ነው። ስለዚህ ይህ ጹሑፍ ሲጻፍ ለአጼ ልብነ ድንግል የቅድመ አያቱን ጠንካራ መንግሥት አርአያነት እንዲከተል ማበረታቻ ነበረ።

11 ደስክ - በመካከለኛው ዘመን ክርስትና የባዕድ አምልኮ ነበር። ይህ አምልኮ የራሱ ቤተ - አምልኮ በየግዛቱ ሲኖረው በሸዋና በዳሞት ግን ቤተ - ደስክ ዋንኛው የአምልኮ ሥርዓት እንደነበረ ይገመታል። በኢትዮጵያ አጼ ዘርአ ያዕቆብ የአባቱን ዙፋን እስኪይዝ ድረስ ቤተ ደስክ በግልጽ አምልኮ ይደረግ ነበረ። አጼ ዘርአ ያዕቆብ የክርስትና እምነት ብቻ እንዲመለክ አስገዳጅ አዋጅ አወጣ። ቤተ ደስክ ሕገ-ወጥ የአምልኮ ስፍራ ሲሆን በደስክ ቤተ-አምልኮ በማምለካቸው የተከሰሱ የሞት ፍርድ የተፈረደባቸው ብዙ መሳፍንትና መኳንንት ነበሩ። በታሪከ ነገሥቱ እንደምንመለከተው ንጉሡን የታቀወሙትን ልጆቹን ጨምሮ ሌሎች መሳፍንትን ሁሉ በቤተ ደስክ አምልኮ ይከስ ነበረ። ደስክ በሸዋና በዳሞት ዋንኛ የቅደመ-ክርስትና አምልኮ ቢሆንም በአንጐት ግዛት ዲኖ በጐጃም ሰግወ የተሰኙ የአምልኮ ስፍራዎችም ነበሩ። ዘርአ ያዕቆብ በእነዚህ ቤተ አምልኮዎችም ላይ የእገዳ አዋጅ አውጥቶ ነበረ።

12 ዲኖ በተለይም በአንጐት ግዛት /ዛሬ ሰሜን ወሎና አካባቢ/ የቅድመ - ክርስትና ቤተ አምልኮ ነበረ።

እንዲጽፉ፣ በቀኝ እጃቸውም ላይ በክርስቶስ አምላክነት አምኜ ርጉም ሰይጣንን ክጄዋለሁ እያሉ እንዲጽፉ፣ በግራ እጆቻቸውም ላይ የዓለሙን ሁሉ ፈጣሪ እናት የሆነች የማርያም ባርያ እኔ ርጉም ደስክን ክጄዋለሁ እያሉ እንዲጽፉ ታወጀ፣ ይህን ያላደረገ ቤቱ ሀብቱ ይዘረፍ በአካሉም ይቀጣ ሲሉ ንጉሡ በሚገዛው አገር ሁሉ ትእዛዝ አወጣ። በሐሰት በመናገር ብዙ መነኮሳትንና ደብተሮችን[13] ብዙ ወንዶችንና ሴቶችን በማስገደሉ ዘርአ ሰይጣን የተባለውን ዘርአጽዮንን እግዚአብሔር የበደሉን ብዛት በገለጠበት ጊዜ [በንጉሡ ትዕዛዝ] አመንኩሰው ወደ ሐይቅ[14] አጋዙት።

የንጉሥ ዘርአ ያቆዕብ ምሥጢራዊ ቤተ መንግሥት

በዚያን ወቅት ንጉሣችን ዘርአ ያዕቆብ በጣም ከልብ የሚወደው አምኃ ጽዮን የዓቃቤ ሰዓት[15] ነበር። [ንጉሡ] ከቤቱ ሲወጣና ወደ ቤቱ ሲገባ ከሰው ወገን ማንም የሚያየው አልነበረም። ከሁለት ወይም ከሦስት ብላቴናዎች በስተቀር ወደ ቤቱ የሚደርስ ማንም የለም። ቤቱም ከንጉሡ ቅጥር ግቢ ጋር የተያያዘ ነበር። [አቃቤ ሰዓቱ የመንግሥት] ጉዳይ ባጋጠመው ጊዜ ከመነኮሳቱ መካከል የሚያምነውን አንዱን መርጦ ወደ ቅርብ ቦታም ሆነ ወደ ሩቅ ቦታ ወደ ፈቀደበት ይልከዋል። ይህን ሁሉ የሚያደርገው ስለ ቤተ መንግሥቱና ስለ ንጉሡ ክብር ነው። እርሱ ዘወትር ወደ ንጉሡ ቀራቢ

---

13 ደብተራ በመካከለኛው ዘመን በኦርቶዶክስ ቤተ ክርስቲያን በተለይም መጽሐፍ ቅዱስንና ተጨማሪ የቤተ ክርስቲያኒቱን አስተምህሮዎችን በጥልቀት የተማሩና መምህራን ከመሆናቸው በላይ በመንግሥት አስተዳደር ውስጥ ዋንኛ ሠራተኞች ነበሩ።

14 የዛሬው በደቡብ ወሎ የሚገኘው የሐይቅ እስጢፋኖስ ገዳም የተመሰረተው በአቡነ ኢየሱስ ሞአ በ1240 ገደማ ነበረ። አቡነ ኢየሱስ ሞአ የክርስትናን እምነት በአምሐራ ግዛትና አካባቢው ያስፋፉ ሲሆን አጼ ይኵኖ አምላክ ሥልጣን ከዛግዌ አጼ ይትባረክ ሲነጥቅ የአቡኑ ሚና ወሳኝ ነበረ ይባላል።

15 አቃቤ ሰዓት - የሰዓት ጠባቂ የሚል ትርጓሜ ሲኖረው ይህ ስያሜ የሐይቅ እስጢፋኖስ ገዳም ዋንኛው አለቃ ነበር። አቃቤ ሰዓት ከገዳሙ ሹመት በላይ አጼ ይኩኖ አምላክ የመንግሥት ሥልጣን በያዘ ጊዜ በራሱ የመንግሥት መዋቅር ውስጥ ዋንኛው የሲቪል ጉዳዮች ጽሕፈት ቤት አድርጎታል። በ15ኛው ክፍለ ዘመን በተጻፈው ገድለ ኢየሱስ ሞአ መሠረት አቃቤ ሰዓት ከቤተ መንግሥት የተዋቀረው አቡኑ ከዛግዌ የመጨረሻው ንጉሥ ይትባረክ በሰላማዊ መንገድ ለንጉሥ ይኩኖ አምላክ የስልጣን ሽግግር ወቅት ዋሳኝ ሚና መታሰቢያ ነበረ። የአቃቤ ሰዓት ጽሕፈት ቤት በመንግሥት አስተዳደር ጉልህ ሚና የሚታየው ከንጉሥ ዳዊትና በልጃቸው በበንጉሥ ዘርአ ያዕቆብ ዘመን ጀምሮ ነበር። ኢማም ኢህመድ ኢብራሒም አልጋዚ /ግራኝ/ አምሐራ የሚባለው የሰሎሞናውያን ነገሥታት ዋንኛ መገኛ ግዛት አብዛኛው ሕዝብ እስልምናን እምነት በኃይል እንዲቀበሉ በማስገደዱና ኦሮሞዎች ሲስፋፉ እስልምናን ወደ ግዛቱ ተቀብለው በመምጣታቸው ተከትሎ የሐይቅ እስጢፋኖስ የሥርወ- መንግሥቱ ዋንኛው ተጽዕኖ አከትሞ የደብረ ሊባኖስ ገዳም እጨጌ በሚቀጥሉት ዘመናት (ከ17ኛው ክ/ዘ) የአቃቤ ሰዓት ጽሕፈት ቤትን ሊተካ ችሏል።

ነውና። እንደ እርሱ [ዓቃቤ ሰዓቱ] ሁሉ የውስጥ ብላቴኖችም[16] ከሰዎች ጋር አይገናኙም። ቤትም የላቸውም። ዘወትር በቤተ መንግሥት ውስጥ ይኖራሉ። ወደ ውጭ በሚወጡም ጊዜ ከመልከኛው[17] ጋር ነው። እነዚህ ብላቴኖች አብረው ይወጣሉ አብረው ይገባሉ። ሴት አያውቁም። ንጉሡ ሳያዝ ፀጉራቸውን አይላጩም። የአደፈ ልብስም አይለብሱም። ወደ ሌሎች ሰዎች ቤት ለመብላትና ለመጠጣት ወይም ለመጫወት ቢገቡ እነርሱም ሆነ ወደ ቤታቸው ያስገቧቸውን ሰዎች የሞት ፍርድ ቅጣት ይፈረድባቸዋል።

የብሕት ወደድ ዓምደ መስቀል ፍርድ

የቀኝና የግራ ብሕት ወደድ[18] ግን በዚያን ጊዜ አልነበረም። በኋላ ዓምደ ሰይጣን ብለው የጠሩት ዓምደ መስቀል የብርሃን ዘመዳ ባል እስራት ከተፈረደበት በኋላ የንጉሡ ልጆች ሁለቱ እህትማማቾች መድኅን ዘመዳ የቀኝ፣ ብርሃን ዘመዳ የግራ ብሕት ወደድ ሆነው እያዘዙ ነበር። ንጉሡ በእርሱ ላይ [በዓምደ መሰቀል] ብዙ የዓመፅ ነገርና የክዳት ነገር እንዲሁም ያደረገውንና ያለአቅሙ በልቡ የተመኘውን የሰው ልብ የማያስበውን ነገር በሰማበት ጊዜ፣ ርጉም ዲያብሎስ ሊናገሩት የማይገባውን እንዳሰበና በዚህ ምክንያት እግዚአብሔር ከመንበሩ አውርዶ እንደጣለው[19] ሁሉ እንዲሁ ይህን ዓምደ ሠይጣንንም የንጉሡ አምላክ ከማዕረጉ አውርዶ ጣለው። [ዓምደ መሰቀል] ሌላም ኃጢአት አደረገ። ባሏ ንጉሣዊ ቤተሰብ ሲሆን ከእርሷ ጋር በድብቅ አመነዘረ። ከዚያም ያገባት ዘንድ የጻሰርጌ[20] ሹም ለሆነው ለአምኃ ኢየሱስ ሰጠው። ሚስቱ ብርሃን ዘመዳ ይህንን ነገሩን

---

16 ብላቴና - ትንሹ ልጅ የሚል ትርጓሜ ሲኖረው ከሰባት ዓመታት እስከ 14 ዓመት ያለውን ዕድሜ ይይዛል። ብላቴናዎች በቤተ መንግሥቱ ውስጥ የንጉሥ የቅርብ አገልጋዮች ነበሩ። የብላቴናው ክፍል የሚመራው ብላቴን - ጌታ ወይም መልከኛ ነበር።

17 በንጉሠ ነገሥቱ ከተማ ወይም በየግዛቱ የሚደራጅ የአስተዳደር ዋንኛ የሥራ ክፍል ነበረ። በቤተ መንግሥታት አስተዳደር የብላቴኖች አለቃ ወይም ለተመሳሳይ ክፍሎች የሚሰጥም ኃላፊነት ነበር። በአጼ ልብነ ድንግል ዘመነ መንግሥት የመጣው የፖርቱጋል ኤምባሲ አባልና ቄስ ፍራንሲስኮ አልቫሬዝ የመልከኛ ሥራ ክፍል በየክፍለ ግዛቱ የቀበሌ ወይም የወረዳውን የአካባቢ ስልጣን የሚያስተዳድር የንጉሠ - ነገሥቱ የሲቪል አሰተዳደር ወኪል መሆኑን ይተርካል።

18 ብሕት ወደድ የቃሉ ትርጉም ከሁሉ የበለጠ የተወደደ ማለት ሲሆን በመካከለኛው ዘመን ብሕት ወደድ ከንጉሠ ነገሥቱ ቀጥሎ እጅግ ከፍተኛው ሥልጣን ይይዛል። ብሕት ወደድ በሁለት የግራና የቀኝ የሥራ ክፍል ይከፈላል። በሰላም ጊዜ የግራ ብሕት ወደድ የሲቪል በተለይም የፍትሕ ጉዳዮችን የሚያስተዳድር ሲሆን የቀኝ ብሕት ወደድ የጦር ሠራዊትን ይመራል፡የግራ ብሕት ወዳድ ከቀኙ ከፍ ያለ ስልጣን ነበረው።

19 የ1954 ትርጉም በመጽሐፍ ቅዱስ፣ ትንቢተ ኢሳይያስ 14:14 ተመልከት።

20 ጻሰርጌ አንድ ዋንኛ የሥራ ክፍል ነበር። በዘርአ ያዕቆብ ሆነ በብእደ ማርያም ታሪክ አገላለጽ የጻሰርጌ ሹማምንት የንጉሥ ነገሥቱ የቅርብ አማካሪና መልዕክተኞች ነበሩ። የጻሰርጌ ሹማምነት ከመንግሥት ቅርበታቸው የተነሳ የነገሥታቱን ታሪክ ከደረሱት መካከል ሊሆኑ እንደሚችሉ ይገመታል።

ሰምታ ለንጉሡ ለአባቷ ነገረች። ንጉሡ [ዓምደ መስቀል] በጠየቁት ጊዜ ያንን ኃጢአት እንዳደረገ እርሱ አምኖ ተናገረ። ስለዚህ ንጉሡ ብዙ ሕዝብ በተገኘበት ጉባዔ አደረጎ በፊታቸውም ኃጢአቱን ሁሉ [ዓምደ መስቀል] ገልጾ ተናገረ። ከዚህ በኋላ የሚገባውን የሞት ቅጣት በእርሱ ላይ ይፈርድ ዘንድ አዘዙ። በእነርሱም ፍርድ ጉድጓድ ቆፍረው እርሱን ወደዚያ ጉድጓድ ከተቱት። ጻሰርጌ አምኃ ኢየሱስንና እነርሱ ያመነዘሩባትን ያችንም ሴት ጭምር ወደ ጉድጓድ አስገቧቸው። ከእነርሱ ጋር በመተባበሩም ከበሮ ሰይጣን ብለው የሰየሙት ደብረ በኩር በተባለ ገዳም የመነኮሰውን የደብረ ዳሞውን ኑብረ እድ[21] ኖብንም አብረው ወደ ጉድጓድ ጣሉት። ከዚያም ዓምደ ሰይጣንን ወደ አምሐራ[22]ምድር አጋዙት። ከንጉሡ በስተቀር ቦታውን ማንም ለይቶ አያውቅም። አምኃ ኢየሱስንና የሰይጣን ከበሮ የተባለውን ኖብን ጐሽዓሮ ወደ ተባለ ቦታ አጋዟቸው። ከዓምደ ሰይጣን በፊት ብሕት ወደድ የነበረውን ኢሳይያስን ንጉሣችን ቅስት በምትባል ስፍራ በአምሐራ አገር ሳለ እንደ አጋዙት በጆሮዬ ሰምቻለሁ፣ በአይኖቼ ግን አላየሁም። በዚያ ስፍራ አልነበርኩምና። በዚያ ይዞ በፈጸመው በደል ምክንያት በአንገቱ [ብረት] አጥልቀው አጋዙት። የአጋዙት ቦታ ግን አላወቅሁትም።

የልዕልቶች ሹመት

ከዓምደ ሰይጣን በኋላ ብሕት ወደድ ሥልጣን የተሾመ ሰው አልነበረም። የብሕት ወደድነት ማዕረግ ይዘው ከነበሩት ከሁለቱ እህትማማች

21 የአክሱም ጽዮን ገበዝ/አስተዳደሪ ነበረ።

22 አምሐራ የሚባለው ግዛት ዋንኛው የነገሥታቱ ትውልድ ሥፍራ ነበር። የአህመድ ኢብራሒም / ግራኝ/ የጦር ዘመቻ ታሪክ ጸሐፊ አረብ ፋቂህ እንዳሚያመለክተው በሰሜን የበሽሎ ወንዝ፣ በደቡብ የዠማ ወንዝ በምዕራብ የአባይ ወንዝ በምሥራቅ የሐይቅ ኢስጢፋኖስ ገዳምና አካባቢ ያለውን ግዛት ያጠቃልላል። አረብ ፋቂህ ይህን ግዛት ቤተ አምሐራ ይለዋል። ብዙ የነገሥታት አብያተ ክርስቲያናት እንደነበሩ በመጥቀስ በ1523 ገደማ በሙስሊም ጦር ሠራዊት እንደተዘረፉና እንደተቃጠሉ አረብ ፋቂህ በሰፊው ይዘግባል። በዚህም የጦር ዘመቻ በአምሐራ ግዛት የሚኖረው ሕዝብ እስልምናን እንዲቀበል ተደርጓል። በመቀጠልም የኦሮሞ መስፋፋት እስልምናን እንደአማራጭ ይዞ በመምጣቱ ምክንያት የሰለሞን ሥርወ መንግሥት መገኛ አምሐራ የሙስሊም ግዛት ሆኖ ቆየ። ይህም የታሪክ ሂደት የመንግሥቱ ሃይማኖት የኦርቶዶክስ ክርስትና በመሆኑ የአምሐራን ግዛት የመንግሥት ማዕከልነቱን አሳጥቶቷል። ስለዚህ ሥርወ መንግሥቱ እንደገና ሲያንሰራራ በቅድሚያ ወደ ጐንደር በመቀጠል በመንዝ - ሸዋ የመንግሥቱ ማዕከል እንዲሆን አደረገ። ይህንን ግዛት ወደ ክርስትና ለመመለስ የተደረገው ተከታታይ ጥረት ሁሉ የተያያዘው ከዚሁ የፖለቲካ - ሃይማኖት የተነሳ ነበረ። በጐንደር፣ በሸዋና በትግሬ የነገሡ ነገሥታትና የከልል ገዥዎች ባለማቋረጥ የአደረጉት ውጊያዎች የለወጠው የአማርኛ ቋንቋ እንደገና በአምሐራ ግዛት እንዲነገር ነበር። የክርስትናን እምነት በግዛቱ ለመመለስ የተደረገው ጥረት ሁሉ መከኗል። በዚህ ምክንያት ነው አጼ ዮሐንስ በ1874 ዓ.ም. በጠራው የቦሩ ሜዳ ጉባኤ ላይ “ግራኝ በሰይፍ ያሰለመውን የአምሐራን ግዛት በሰይፍ ክርስቲያን አደርጋለሁ” ቢልም ሳይሳካ ቀርቷል። የንጉሠ ነገሥቱ ፍላጐት የሰለሞናውያን የሥርወ-መንግሥቱ መገኛ የሆነውን የአምሐራ ግዛት ወደ ቀደመው የፖለቲካ ማዕከልነቱ የመመለስ ወታደራዊ ጥረት ነበር።

ሴቶች በስተቀር ሌሎች አልነበሩም። ልክ እንደ እነርሱ ሌሎቹንም ሴቶች ሾማቸው። አባታቸው ንጉሡ በበታቹ በመላው የኢትዮጵያ ክፍለ ግዛት ላይ ሰየማቸው። በትግሬ ድል ሠምራን፣ በአንጎት ባሕር መንግሣን፣ በግድም ሶፍያን፣ በኢፋት ዓመተ ጊዮርጊስን፣ በሸዋ ሮምን ገነየላን፣ በግድም፣ መድኅን ዘመዳን፣ በቤገምድር ዓበለ ማርያምን፣ በገኝ አጽናፍ ሰገዱን ይህች የንጉሡ የእህት ልጅ ናት። በሌሎቹ ግዛቶች የተሾሙትን ግን ስማቸውን አላወቅሁትም።

የአሃዳዊ መንግሥት አስተዳደር መመሥረት

ከእነርሱም በኋላ ንጉሡ መላውን የኢትዮጵያ የግዛት ሥልጣን የቤተ መንግሥቱንም ሆነ የቤተ ክርስቲያን በየክፍላተ አገሩ ተከፋፍሎ ባለበት ውክልና ተይዞ የነበረውን ሹመትና ሥልጣን ሁሉ ወደ እጁ አስገባው። ሹምሽርም አድርጎ እንዲህ የሚባል ሹመት ሰጠ፤ በሸዋ ራቅ ማሰሬ፣ በፈጠጋር፣ አዛዥ አምደ ሚካኤል መልከኛ አድርጌ በመላ ፈጠጋር ፈለገ አድምነት[23] ሰጥቼ በሙሉ የአዛዥነት ማዕረግ ሾሜዋሁ አለ። [እንዲሁም] ራቅ ማሰሬ[24] በጐዣም[25]፣ ራቅ ማሰሬ በቤገምድር፣ ራቅ ማሰሬ በትግሬ[26] ፣ ራቅ ማሰሬ በቅዳ፣ ራቅ ማሰሬ በአንጎት በሚባል ማዕረግ፣ በአምሐራ ጸሕፈ ላም ብሎ ሾመ። በገኝ፣ በግድም፣ በኢፋት የተሾሙትን እነዚህንም ራቅ ማሰሬ [ዎች] ሾሜዋለሁ አለ፡፡ በደዋሮ አውራሪስ በጅር[27] የሚል ሹመትን፤ በምድረ ገንዝና እና በወጅ ሄገኖ[28] በዳሞት ይሉዋቸዋል። ከመንግሥቱ ግርማና ከኃይሉ ታላቅነት የተነሣ ሰዎች ሁሉ ፈሩ ተንቀጠቀጡ።

---

23 የሥራው ኃላፊነት በግልጽ አይታወቅም። አድከሽነትም ይባላል።

24 የቃሉ ትርጓሜ ግልጽ ባይሆንም በቤተ መንግሥትም ሆነ በቤተ ክርስቲያን የሚገኝ የሥራ ክፍል ነበር። ራቅ ማሰሬ አብይ ሥራው የቤተ መንግሥት የግብር ማዕድ አስተባባሪ ነበር። እቴጌዎችና ልዕልቶች የግብር ማዕድ ራቅ ማሰሬዎች ነበሯቸው። ንጉሥ ዘርአ ያዕቆብ አሃዳዊ መንግሥት ሲመሰርት በግዛቱ በሚገኙ አብዛኛውን ሹማምንት ራቅ ማሰሬ የሚል የወል ስያሜ ሰጥቷቸው ነበር። በሥርዓተ መንግሥት መሠረት የራቅ ማሰሬ የሥራ ክፍል እቴጌዎችንና ልዕልቶችን ወከለው በፍርድ ቤት ይከራከሩ ነበር።

25 ጐጃም

26 በትግሬ / ትግራይ (ብዙ ጊዜ የግዛቱ ስያሜ ነበረ) ትግሬ ከአስተዳዳሪው ጋር የተየያያዘ ነው) ፡ ምሳሌ ትግሬ-መኮንን

27 አውራሪስ በጅር / አስተዳደር ስያሜ ቢሆንም በሰፊው የሚታወቅ አይደለም።

28 በርካታ በደቡብ ምዕራብ የሚገኙ የመካከለኛው ዘመን ግዛቶች የሚጠሩበት ስያሜ ነበር።

የገራድ ማሒኮ[29] አመጽና ፍጻሜ

ንጉሡ ወደ ሐድያው[30] ገራድ ግብር ወደ ቤተ መንግሥት ይዘህና ብሎ ቃለ ሐጼን የንጉሥ መልክተኛ ላከበት። እርሱም የገራድ መሐመድ ልጅ የእቴጌ ዣን ዜላ[31]የቀኝ በአልቴሐት[32] መሐመድ ወንድም ስሙ ማሒኮ የሚባለው ነው። ይህም የሐድያ ገራድ[33] እንዲህ ሲል መለሰ፤ አልመጣም። የቤተ መንግሥትህንም ደጅ አልረግጥም። ከአገሬም እግሬን አላነሳም ሲል የንጉሡን ቃል እምቢ አለ። መክዳቱን የተረዳው የሐድያ ሹም ገዳይቾ[34] ገራድ የሚባለው በፍጥነት ገስግሶ ወደ ንጉሡ መጣና የሐድያውን ገራድ የማሂኮን ዕብሪት [ለንጉሡ] ነገረው። እንደገናም እርሱ ለመዋጋት ብዙ ተዋጊ ሠራዊት አዘጋጅቷል። ደዋሮንና ባሊን ለማጥፋት ከአዳሉ ገዥ ጋር በጦርነቱ እንዲተባበረው እየላከ መሆኑን ለንጉሡ አብራርቶ ነገረው። ንጉሡም መልሶ እንዲህ ሲል ጠየቀው? ከእርሱ ጋር የተባበሩት እነማን ናቸው? መላው

29 ማሂኮ ተብሎ ሊጻፍ ይችላል።

30 የሐድያ እስላማዊ መንግሥት ከ14ኛው ክፍለ ዘመን ጀምሮ የሚታወቅ ግዛት ነበር። የግዛቱ አቀማመጥ በውል ባይታወቅም ዛሬ የሐድያ ግዛት ከሚገኝበትን ጨምሮ የዛሬውን ምዕራብ አርሲን እንደሚያጠቃልል ይታመናል። የአረብ ታሪክ ፀሐፊ የሆነው አል ኡማሪ በ14ኛው ክፍለ ዘመን መጀመሪያ በሐበሻ አገር የሚገኙ ሰባቱ እስላማዊ መንግሥታት ብሎ ከጠቀሳቸው መካከል ሐድያ አንዱ ነበር። ሐድያ 1299 ገደማ አምደ ጽዮን በግዛት ማስፋፋቱ ወቅት ወደ መንግሥቱ ግዛት እንዳጠቃለለው ይታወቃል። በ1324 የተቀናጁት የኢፋት ሱልጣን ቀዳማዊ ሰብረዲንና የሐድያው ገራድ አማኖ ተባብረው በንጉሥ አምደ ጽዮን ላይ አምጸው ነበር። በዚህ ምክንያት ንጉሥ አምደ ጽዮን ራሱ ጦሩን ይዞ ሄዶ አማኖን ተዋግቶ አሸንፎታል። የሐድያና የክርስቲያኑ መንግሥታት በጦርነትና በወዳጅነት መካከል ለረጅም ጊዜ አሳልፈዋል። አጼ ዘርአ ያዕቆብ የሐድያው ገራድ መሐመድ ልጅ የነበረችውን እሌኒን የቀኝ በአልቲሐት አደርጎ ፖለቲካዊ ጋብቻ ፈጽሟዋል። ይሁን እንጂ ወንድሟ ገራድ ማሂኮ በንጉሥ ዘርአ ያዕቆብ ላይ ማመጹን ከታሪክ ነገሥቱ እንረዳለን። እንደ ኤልቫሬዝ ገለጻ በአጼ ልብነ ድንግልም ዘመን የሐድያው ገራድ ወንድም በአመጸ ጊዜ በሥልጣን ላይ የነበረው የገራዱ ሚስት መጥታ የንጉሡን ወታደራዊ እርዳታ ጠይቃ ነበር። በቅድሚያ የባሕረ ነጋሽና የትግሬ ጨዋ ጦር ንጉሡ ቢልክም ጦሩ በመሸነፉ አጼ ልብነ ድንግል ራሱ ሄዶ ተዋግቶ ማሸነፉን አልቫሬዝ በዓይን ምስክርነት ይገልጻል።

31 የዜይላ ንግሥት የሚል ተጨማሪ የንግሥና ስያሜ የተሰጣት ንግሥት እሌኒ ነበረች። ቀኝ በአልቲሐት ንግሥት እሌኒ በአጼ ብእደ ማርያም ዘመን እጅግ የተመሰገነችና የተከበረች የፖለቲካ ሰው ነበረች። እርሷም እስከ አጼ ልብነ ድንግል ዘመን ድረስ እንደነበረችና የአደል እስላማዊ መንግሥት ኃይል እያሰጋ መምጣቱን በመረዳት ከፖርቹጋል መንግሥት ወታደራዊ እርዳታ እንዲመጣላት ዲፕሎማሳዊ ደብዳቤ ልካለች። ንግሥቲቱ በመንግሥት አስተዳደር ቁልፍ ሚና እንደነበራት ይዘከራል። ንግሥት እሌኒ በጐጃም የምትገኘውን መርጡለ ማርያም ቤተ ክርስቲያን እንዳሰራችና በግዛቱም ሰፊ የራሷዋ ርስት እንደነበራት አልቫሬዝ በመጽሐፉ ይገልጻል። እርሷም በ1514 በዚሁ ቤተ ክርስትያን አርፋለች።

32 የቀኝ እመቤት

33 ገራድ በአደልና በሐድያ ግዛቶች ለሚገኙ ገዥዎች የተሰጠ ስያሜ ነበር።

34 ገዳይቶ ተብሎ ሊጻፍ ይችላል።

ሐድያ ነው ወይስ በከፊል? የሚሻለውንና የምናደርገውን ነገር እስቲ አንተ ተናገር አለው።

እርሱም ከእርሱ [ከገራድ ማሒኮ] ጋር የተባበሩት ጉዶሎ ገራድ፣ ዲሆ ገራድ፣ ሐደቦ ገራድ፣ ገነዞ ገራድ፣ ስጋ ገራድ፣ ወገብ ገራድ፣ ቀብዔን ገራድ፣ ጎገለ ገራድ [እና] ሀለብ ገራድ እነዚህ ሁሉ ናቸው ጌታዬ ሆይ ሲል ዘርዝሮ [ተናገረ]። [ገዳይቾ ገራድም] ከምድር ደጌን[35] ገራድ ባሞን አስመጥተው የሐድያን ገራድነት ቢሾሙት ያን ጊዜ የሐድያ ገራድ ማሂኮ ምከሩ ይሻራል፤ ኃይሉም ይደከማል ሲል ምክሩን ሰጠ። ንጉሡም የገዳይቾ ገራድ ምክር ወዲያው ተቀበሎ የአባቱን ወንድም [የገራድ ማሂኮን] ገራድ ባሞን ካለበት ከምድረ ደጌን በፍጥነት እንዲያመጡት አደረጎ በደብረ ብርሃን[36] እያለ የሐድያን ገራድነት ሾመው። ለእርሱና ለገዳይቾ ብዙ የከበሩ አልባሳትን ሸልሞ በፀር ሾተል[37] የሚባለውን ጨዋ[38]ሠራዊት ከዳሞት አስመጥቶ ከእነርሱ ጋር እንዲዘምቱ ላካቸው። ለደዋሮና ለባሊ ሰዎችም ማሂኮ አምልጦ ወደ አደል[39] ምድር እንዳይገባ ተጠንቅቃችሁ ጠብቁ ሲል ንጉሡ ትእዛዝ ሰጠ።

---

35 ዴገ ተብሎ ሊጻፍ ይችላል።

36 ገራድ ሚሒኮ መሐመድ የአመጸው የኢባ ምድር ደብረ ብርሃን ተብሎ ከተሰየመ ከ1446 በኋላ መሆኑ ነው።

37 አጼ ዘርአ ያዕቆብ የጨዋን ጦር ከአደራጀ በኋላ በዳሞት ግዛት የሠፈረ የጦር ኃይል ነበር።

38 የመካከለኛው ዘመን ልዩ ጦር ሲሆን የግዕዝ ስያሜው ጼዋ ነበር። ጼዋ ምርኮኛ የሚል ትርጓሜ ሲኖረው ጨዋ ግን የተመረጠ ነጻ ትውልድ ማለት ነው። ይኽ ስያሜ ምርጥ የሰለጠኑ የመንግሥት ወታደሮችን ያመለከታል። የጨዋ ጦር ቀደም ሲል በንጉሡ ከተማ ውስጥ ብቻ የተዋቀረ የመንግሥት ጦር ነበር። ጨዋ በየግዛቱ የተቋቋመው አጼ ዘርአ ያዕቆብ ደብረ ብርሃንን ቋሚ ከተማ አድርጎ ከመሠረተ በኋላ ነበር። የጨዋ ጦር የንጉሡን የሥልጣን የበላይነት ያረጋግጣል። አጼ ዘርአ ያዕቆብ ዘመን የጨዋ ጦር ያላሰፈረው የንጉሥ ግዛት በአዳል ብቻ ነበር። ከባሕረ ነጋሽ ጀምሮ እስከ ጋሙ ጐፋ ድረስ የተለያዩ ስያሜ ያላቸው የጨዋ ወታደሮችን ሰፍረዋል። አልቫሬዝ ጨዋ ያልሰፈረበት የአጼ ልብነ ድንግል ግዛት አልነበረም ሲል ጽፏል። በተጨማሪም የጨዋ ሠራዊትን ባለጦር መሣሪያ ወታደሮች ይላቸዋል። ጨዋከተለያዩ ቋንቋ ተናጋሪዎች/ብሔሮች/ የተውጣጣ ጦር መሆኑን በዚሁ ታሪከ ነገሥት ውስጥ እንመለከታለን።

39 አደል የሚባለው እስላማዊ መንግሥት የተመሠረተው በ1427 ዓ.ም. ከየመን በተመለሱ የኢፋት ሱልጣን ወራሾች ነበረ። የኢፋት መንግሥት በ1262 ገደማ በአመር ወላስማ በኢፋት ተመሠረተ። በዚህም ወቅት ኢፋት አብዛኛውን የምሥራቅ ኢትዮጵያንና የዜይላን የንግድ መስመር ይዞ የሚገዛ እስላማዊ መንግሥት ነበረ። የኢፋት መንግሥት ለረጅም ጊዜ ከአጼው መንግሥት ለፖለቲካ የበላይነት ወታደራዊ ግጭት ቢያደርግም ለክርስቲያኑ መንግሥታት ግብር በመክፈል ጊዜያዊ መቻቻል አድርጓል። በ1324 ከአጼ አምደ ጽዮን ((1307-1337) ጋር ቀዳማዊ ሰብረዲን ከፍተኛ ውጊያ ገጥሞ ተሸንፎ ነበረ። ይሁን እንጂ ግጭቱ በመቀጠሉ ንጉሥ ዳዊት (1372-1404) የወላስማ ሥርወ - ነገሥታት ከኢፋት ግዛት ለማስወጣት በመወሰኑ የእርሱን ተፎካካሪ ሡልጣን ሐቀደዲን አሸንፎ እስከ ዜይላ ድረስ ተከታትሎ ከቀይ ባሕር ማዶ ተሻገረው እንዲሸሸጉ አድርጓል። ከሃያ ዓመት በኋላ ግን የተሰደዱት የኢፋት ነገሥታት ተመልሰው ከክርስትያኑ መንግሥት ርቀው የአዳል መንግሥት በቅድሚያ በዳካር መሠረቱ። ከ1508 ጀምሮ ደግሞ መቀመጫቸውን በሐረር አድርገው የቀድሞውን የአፍሪካ ቀንድ እስላማዊ መንግሥት የማቆም

ከዚህ በኋላ መጥቅዕ ተመታ [ደወል ተደወለ] ብዙ ካህናትና ብዙ መነኮሳት ተሰበሰቡ። ለጸሎተ ምሕላ የሚሆን ብዙ ዕጣን በመስጠት ለደሃዎችና ለደካማዎች ብዙ አልባሳት” በመመጽወት በየአብያተ ክርስቲያናቱ በየገዳማቱ ጸሎት ምሕላ እንዲያደርጉ ንጉሡ አዘዛቸው። ከምሕላቸውና ከጸሎተ ዕጣኑ ፍጻሜ በኋላ ንጉሣችን ዘርአ ያዕቆብ በዚያች ሌሊት የሚከተለውን ራዕይ አየ። ያን ከዳተኛ በጠንካራ ገመድ አስረው አምጥተው በፊቴ ሲጥሉት ራዕይ አይቻለሁ በማለት ራዕዩን ለቅዱሳኑ ተናገረ። እመቤታችን ቅድስት ድንግል ማርያም በዚች ሌሊት ራዕይ አሳይታኛለችና ያየሁት ራዕይ ይፈፀምልኝ ዘንድ ወደ አምላኬ ወደ እግዚአብሔር የነገረኝን ራዕይ እንደሚፈፅምልኝ አምነዋለሁ ሲሉ ለቅዱሳኑ ተናገረ።

የሐድያ ገራድ ባሞ ንጉሡ የሰጡትን የጨዋ ሠራዊት ይዞ ገስግሶ ሀገሩ ደረሰ። እንደ ደረሰም ቀድሞ ከድተው የነበሩት የሐድያ ሹማምንት ሁሉ ተቀበሉት። በእጁም ውስጥ ገቡ። ማሂኮ ይህን ነገር በሰማ ጊዜ ከእርሱ ጋር ያሉትን ተከታዮቹን ይዞ ወደ አደል ኮበለለ። ዳሞት ኃዳሪ የተባሉት የጨዋ ሠራዊት ተከተሉት። ምድረ ስጋ ከተባለው ሲደርሱ በዚያ አምባ ውስጥ ገብቶ አገኙት። እርሱ ግን ብዙ ገንዘብ ወርቅ ብር ብዙ የከበሩና ያጌጡ የሐር አልባሳትን ከየመንገዱ እየጣለ ጦሩ ይህንን ሲያነሳ አመልጣለሁ ብሎ ነበር። እነርሱ ግን ምንም ሳያነሱ ጠንክረው በመከተላቸው ከመሸገበት ደርሰው ገደሉት። ራሱን እጁና እግሩን ቆረጡት።

ይህ የምሥራች ወደ ንጉሡ ዘንድ ፈጥኖ ደረሰ። ስለዚህ ንጉሡና ሕዝቡ ተደሰቱ እንደ ፋሲካ በዓል ሳምንቱን ማኅሌት በመቆም ተድላ ደስታ በማድረግ የደስደስ በዓል አከበሩ። መላው ቅዱሳንም ቀብቶ ያነገሠውን ንጉሥ ዘርአ ያዕቆብ ጸሎት ስለሰማና ሳይዘገይ ፈጠኖ ጠላቱን ስለጣለለት እግዚአብሔርን ከልብ አመሰገኑ። ከዚያ በኋላ የሐድያው ገራድ ባሞ እና ዳሞት ኃዳሪ የተባሉት የጨዋ ሠራዊት የዚያን ከዳተኛ የተቆረጠ ራስ ከተቆረጡት እጆቹና እግሮቹ ጋር ይዘው መጥተው በንጉሡ ፊት አቀረቡ። የሆነውንም ነገር ሁሉ ተናገሩ ያን ጊዜ ንጉሡ አመሰገናቸው። የሐድያውን ገራድ ባሞንና ገዳይቐ ገራድን እነዚያን የዳሞት ኃዳሪ ጨዋ ሠራዊትን ንጉሡ አመሰገናቸው። ለየራሳቸው የፈለጉትን ምግብና መጠጥ እንደ የአስፈላጊነቱ በገፍ አቀረቡላቸው። የወንጀለኛውን እራሱን እጆቹንና እግሮቹን በቀኝ ደጅ በግራ ደጅ በሠርጓን[40] ደጅ[41] እንዲሰቀል ተደረገ። ውሻዎችና ጅቦችም[42]

ትግላቸውን ቀጥለው ለአጭር ጊዜም ቢሆን በኢማም አህመድ ኢብራሒም (1521 – 1535) እውን ሆኖ ነበረ። ኢማም አህመድ በ1535 በንጉሥ ገላውዴዎስ (1535-1551) በመሸነፉ ትልሙ ለረጅም ጊዜ ሳይዘለቅ ቀረ።

40 ሠርጉን ሊባልም ይችላል።

41 የጀንል መግቢያ በሮች ነበሩ። ጃንሎል በሚል ሊጻፍ ይችላል።

42 ጸሐፊው ኢጋኖታል ምክንያቱም እነዚህ መግቢያዎች ቀን እንዲሁም ሌሊት በመብራት በጨዋ ጦር

የእርሱንም በድን ለመብላት ቋመጡ። ይህ ሁሉ ከመሆኑ በፊት እመቤታችን ቅድስት ድንግል ማርያም ለንጉሣችን ለዘርአ ያዕቆብ የገለጸችላቸው ራዕይ እነሆ ተፈጸመ። ከጥቂት ጊዜ በኋላ የልብስ ሽልማት ለእያንዳንዳንቸው ሰጥቶ ሁሉንም ወደ የሀገራቸው ሰደዳቸው። የገዳዮቹ ገራድን ደግሞ የሐድያው ገራድ እስከ ልጅ ልጅ ድረስ እንዳይገዛው ንጉሡ ትእዛዝ ሰጠለት። ማሂኮን የገራድ ሐድያን በጦር ወግቶ ለገደለው ለበፀር ሾተል ደግሞ በሀገሩ ውስጥ ጉልት[43] ሰጡት።

ንጉሣችን ዘርአ ያዕቆብን ለረዳው በአገልጋዩ እጅም ጠላቱን ፈጠኖ ለጣለለት ለእግዚአብሔር ክብር ምስጋና ይድረሰው። እንደ እርሱም የሚወደውን ልጁን ንጉሣችን ልብነ ድንግልንም[44] ይርዳው። ጠላቶቹንም ያጥፋለት በልባቸው መንግሥቱን ጠልተውና ተጸይፈው በአፋቸው የሚሸነግሉትንም ሞት በዋሉበት ውሎ በአደሩበት ቦታ ተከታትሎ ይፍጃቸው። አሜን።

የደብረ ብርሃን ጀጎል[45] ሥራ

የደብረ ብርሃን የጀጎል ሥራ፤ ከዚህም በኋላ ንጉሣችን ዘርአ ያዕቆብ በደብረ ብርሃን ጀጎል የተባለውን ጠንካራ አጥር እንዲሠራ አዘዘ። ማገሩም እንዲጠነክር በአስር በአስር ዙር እንደዚህ እንዲሆን እንዲሁም ቁመቱም

የሚጠበቁ ናቸው።

43 በመካከለኛው ዘመን ሁለት የመሬት ይዞታ አጠቃቀም ሥርዓት ነበረ። ርስት በቋሚነት ከትውልድ ወደ ትውልድ የሚተላለፍ የመሬት ይዞታ ሲሆን ጉልትደግሞ ጊዜያዊ የመሬት አጠቃቀም መብት ነበረ። ጉልት በሹሙ ታማኘነት ላይ የተመሠረተ በመሆኑ በርስትነት የሚሰጥ አይደለም። ንጉሡ የሹሙን ታማኝነት በማየት ጉልቱን ለያቀይለት ወይም ሊነሳው ይችላል።

44 አጼ ልብነ ድንግል [1500 – 1532] የአጼ ናዖድ ልጅ ሲሆን በኢማም አህመድ ኢብራሒም በሽንብራ ኩሬ በ1521 የተሸነፈ የመጨረሻው የመካከለኛው ዘመን ንጉሥ ነበር። ከዚህ ጊዜ ጀምሮ በሽሽት ሲኖር ቆይቶ ትግራይ በሚገኘው በደብረ ዳሞ በ1532 ሞተ፤ በዚያም ተቀበረ። በልብነ ድንግል ዘመን በርካታ ሃይማኖታዊና የነገሥታት ታሪከ መጽሐፍት እንደገና በሰፊው የተጻፉበት ዘመን ነበረ።

45 ጀጎል (ጃጐል) የመካከለኛው ዘመን ታላቁ የቤተ መንግሥት አጥር ነበረ። ጀጎል ከ12 እስከ 14 ታላላቅ መግቢያ በሮች ሊኖሩት ይችላል። በሮቹ የተለያየ ስያሜ ሲኖራቸው መግቢያዎቹ በጨዋ ወታደሮች ይጠበቃሉ። በመግቢያ በሮቹ ባለስልጣናት እንደፈለጉት መግባት አይችሉም። ስለዚህ እያንዳንዱ ባለስልጣን በተሰጠው ቋሚ በር ብቻ ይገባ ነበረ። ባልተፈቀደለት መግቢያ ሲገባ የተገኘ ሰው ወዲያውኑ በበር ጠባቂ ጨዋ ወታደሮች በጦር ተወግቶ ሊገደል ይችላል። ንግሥቲቶቹም ሆኑ የንጉሥ ልጆች የሚገቡት በተፈቀደላቸው መግቢያዎች ብቻ ነበረ። አልቫሬዝ የንጉሥ ልብነ ድንግልን ጀጎል የተመለከተ ሲሆን 12 በሮች እንዳሉት ሲገለጽ አራቱን ብቻ እንዳየና ነገር ግን የፖርቹጋል ኤምባሲ ልዑካን ወደ ቤተ መንግሥት ሲጠራ በሁለቱ በሮች ብቻ ገብቶ ንጉሡን እንደተገናኘ ጨምሮ ይገልጻል። በተጨማሪ ንጉሥ ልብነ ድንግል ጀጎል በአንድ ስፍራ እዲሠራ ከአዘዘ ለረጅም ጊዜ በዚያ ቦታ እንደሚቆይ አመልካች መሆኑን አልቫሬዝ ዘግቧል። ንጉሡ ለአጭር ጊዜ በአንድ ሥፍራ የሚቆይ ከሆነ ግን የጀጎል አጥር አይሠራም። የጀጎል አጥር 5 ካሬ ኪሎ ሜትር ስፋት እንዳለው ይገመታል።

እንዲረዝም መልኩም ነጭ እንዲሆን ትእዛዝ ሰጠ። አናጺዎቹንም [ጀጎልን አጥር] ሲንጋደድ እንዲያቀኑ አዘዛቸው። የቀኙና የግራ ራቅ ማሰሬዎችንም የጀጎሉን አጥር አብረው እንዲያጥሩና ሥራው እስኪያልቅ ድረስ ቀሚሳቸውን[46] እንዳይለብሱ አዘዛቸው። የጀጎሉን አጥር የሚሠርቱን አናጺዎችም ንጉሡ በፈረስ ላይ ተቀምጠው በሚወጡበትና በሚገቡበት የቤተ አንበሳ ደጅ[47] ቁመቱ ረጅም ሰቀላ[48] ቤት እንዲሠሩ ከንጉሡ ትዕዛዝ ሠጠ።

በሽልማት ደጅ ትንሽ የሰቀላ ቤት በመብልዕ ደጅ እንዲሁ ትንሽ ሰቀላ እንዲሠሩ አዘዘ። በፀር ዋጀት ደጅ ግን ሰቀላ ቤት የለውም። ያለ ዓቃቤ ሰዓቱና ያለ ብላቴና ያለ ምግብ [አሳላፊ] በስተቀር በዚህ መግቢያ የሚገባ ሰው የለም። ሌላ ሰው ወደእዚያ [መግቢያ] ቢቀርብ በጦር ይወጉታል።

ቤተ መንግሥቱም መሠረቱ ጠንካራ ለብዙ ጊዜ የሚያገለግል አድርገው እንዲሠሩ ሥራውንም የአማረና የተዋበ አድርገው እንዲሠሩ አዘዘ። ከዚያም ተሠርቶ ሲያልቅ የወርቅ መስቀል[49] በላዩ ላይ አደረጉበት። በቤተ መንግሥትም መስቀል ማድረግ በዚያን ጊዜ ተጀመረ ከዚያ ቀድሞ አይደረግም ነበር።

በንጉሡ መኖሪያ ቤት በታች ሦስት ደበና ተከሉ። መካከለኛውን ድንኳን ዱለት ቤት አሉት። የቀኙን ድንኳን በዓለ[50]ግምጃ ቤት አሉት። የግራውንም አቁት[51] ድንኳን አሉት። የፊት ለፊቱ አጥር ከድንኳን ጀምሮ እስከ ጀጎሉ ድረስ በግራና በቀኝ የተያያዘ ነው። ቁመቱም በጣም ረጅምና ከጀጎሉ ቅጥር እኩል ከፍ ብሎ ይታያል።

የጀጎል ቅጥር እንጨት ከርዝመቱና ከውፍረቱ የተነሣ ሁለቱ ወይም ሦስቱ ሰዎች እየሆኑ ነው የሚሸከሙት። እንጨቱም የሚመጣው ዜጋ[52]

46 እያንዳንዱ ከፍተኛ ስልጣን የማዕረግ ቀሚስና ዘውድ ነበረው።

47 ዋናው የደብረ ብርሃን ከተማ ጀጎል መግቢያ ሲሆን ይህ በር ንጉሡ ከፈረሱ ሳይውረድ የሚያልፍበት ትልቅ እድሞ /ሰቀላ/ ነበረው።

48 ሰቀላ በአራት መአዘን የሚሠራ ቤት ወይም ድንኳን ሲሆን ዋናው የንጉሡ ችሎት ቤትም ነበረ። በተጨማሪም የደብረ ብረሃን ከተማ የጀጎል መግቢያዎች ሰቀላ ያላቸውና የሌላቸው ነበሩ። ሰቀላ ዛሬ እድሞ በምንለው ዓይነት የሣር ክዳን ሳይለብስ አይቀርም።

49 ንጉሡ የመስቀል ምልክት በበቤተ መንግሥቱ ላይ ማድረጉ በመስቀል አስተምህሮ ላይ የነበረውን ጠንካራ አቋሙን ያሳያል።

50 የውድ ዕቃዎችና ንብረቶች ማከማቻ ነበሩ። በዓለ የሚለው ቃል የተለያዩ ለዝቅተኛ የሥራ ክፍሎች የማዕረግ ስያሜ ነበረ።

51 አቁት (ኸ̈ር) የመጓጓዣና የንጉሥ ድንኳኖችን የሚያደራጅ የሥራ ክፍል ነበረ።

52 ዜጋ የሚለው አካባቢ አይታወቅም ይሁን እንጂ ሁለት የተፈጥሮ ዛፍ ከምችት ያለባቸው የሰሜን ሸዋ ሥፍራዎች ሊሆኑ ይችላሉ። አንዱ ደብረ ምጥማቅ/አንኮበር አካባቢ ያለው ወፍ ዋሻ ወይም በቡልጋ

ከሚባለው አገር ነው። ማንኛውም ሰው ሁሉ በቀዳዳው አሾልኮ ወደ አጥሩ ውስጥ እንዳያይና እንዳይመለከት ጭላንጭል የሚያሳይ ምንም ቀዳዳ አልተተወለትም። እነዚያን እንጨቶች እርስ በርሳቸው አጠጋግተዋቸዋል። ቅርፊታቸውንም ልጠውት እንደ በረዶ ነጭ ሆኖ ቅጥሩ በሩቅ አምሮ እንዲታይ የጀጎሉ አጥርም ቁመቱ በጣም ረጅም ወደ ሃያ ክንድ ነው የሚሉ አሉ፤ የለም አስራ አምስት ክንድ ነው የሚሉም አሉ። እኔ ግን በእጄ አልከነዳሁትም። ከንጉሡ ቤት ወይም ከቤተ መንግሥቱ ጀምሮ እስከ ደብረ ብርሃን ቤተ ክርስቲያን በር ድረስ የሚወስድና የሚያደርስ በግራና በቀኝ ሌላ አጥር ሠሩ። ያም አጥር የተሠራው [ንጉሡ] በሚወጣበትና በሚገባበት ጊዜ እንዳይታይ[53] ነው። ይምርሐነ በዚያች መንገድም ውስጥ ከንጉሡ ብቻ በስተቀር እንዲሁም ከዓቃቤ ሰዓቱና ከውስጥ ትናንሽ ብላቴኖች ሌላ የሚሄድ የለም። በቁርባንም ጊዜ ንጉሡ ሲገባ ከደብተራ ወገን የሚገባ የለም። ከቅዱሳንና ከመነኮሳት ከደብረ ሊባኖስ፣ ከደብረ ማርያም ከደብረ ቢዘን፣ ከገሊላ፣ ዘሃሌሎ[54]፣ ከቄየጻ፣ ከመለን፣ ከደረባ ዓባይ፣ ከፀዓዳ አምባ፣ ከዋልድባ፣ ከደብረ ማርያም፣ ከገርዓልታ፣ ከሕንጻ ማርያም[55] መምህራንና አበ ምኔት በስተቀር ከሌሎችም ስማቸውን ከማላውቀው ሥጋ ከማይበሉ ጠጅ ከማይጠጡ ባህታዊያን በስተቀር የሚገባ የለም። በበዓላት ጊዜ ግን ሁሉንም ደብተሮች ይጠሩዋቸዋል። የደብረ ብርሃን፣ የደብረ ነጐድጓድ፣ የለበሽን፣ የጋርሜን፣ ዳግመኛም የኢየሱስን፣ የግምጃ ቤት ማርያምን የመስቀልን ደብተሮች ሁሉ በቅኔ ማኅሌት ሲያገለግሉ ይውላሉ። የቅዳሴም ሰዓት ሲደርስ ወደ የቦታቸው እንዲሄዱ ይደረጋል። አስቀድመን እንደተናገርነው ወደ ቅዳሴው ወደ ምስጢረ ቁርባን የሚገባ የለም። ከዓቃቤ

የሚገኘው የሙገሬ ዛላ ደን ሊሆን ይችላል። ሁለቱም ደኖች በነገሥታት እንዲጠበቁ እንደተደረገ የቃል ማስረጃዎች ያሳያሉ። የደብረ ብርሃን ሥላሴ በ1897 እንደገና ሲሰራ ዛፍ የመጣው ከሙገሬ ዛላ ነበረ።

53 በመካከለኛው ዘመን የንጉሥ ስልጣን መለኮታዊ ስለሆነ ንጉሥ ፊቱ መታየት የለበትም ምክንያቱም ሕዝብ ይቀሰፋል የሚል አስተሳሰብ ነበረ። በተለይ ንጉሥ ዘርአ ያዕቆብ ሥልጣን ከያዘ ጀምሮ የአሳለፈው ተከታታይ የመፈንቅለ መንግሥት ሙከራዎች ምክንያት ከሕዝብ ተደብቆ መቆየትን መርጧል። በደብረ ብርሃን በቤተ መንግሥቱና ቤተ ክርስትያን መካከል አጥር በመሥራት ሲወጣ ሆነ ሲገባ ለሕዝብ አይታይም ነበረ። ይህንንም ሁኔታ መለኮታዊ ሳያደርገው አልቀረም። ልጁ ንጉሥ በእደ ማርያም የአባቱን ዙፋን በወረሰ ማግስት የንጉሥን ፊት የመሸፈን ሥርዓት በመተው ለሕዝቡ በአደባባይ በደመራ ቀን መስከረም 17 ቀን 1469 በመታየቱ የደብረ ብርሃንን ነዋሪዎችን አስደንቋል። ይሁን እንጂ ልጆቹ ሳይከተሉት ቀርተዋል። ንጉሥ እስከንድርና ልብነ ድንግል ፊታቸውን ይሸፍኑ ነበረ። ወራሾቹ ከፍተኛ የሥልጣን ሽኩቻ ላይ ስለነበሩ የንጉሥን ፊት መሸፈን ስርዓት መመለሱ ነገሥታትን ለመደበቅና ስልጣናቸውን በሕይወት እያሉ ከመነጠቅ ለመከላከል የመረጡት ስልት ይመስላል።

54 ደብረ ሃሌሉያ መሆን አለበት።

55 ዘጠነኛ የደብረ ሊባኖስ ገዳም እጨጌ አቡነ መርሐ ክርስቶስ በ1460 ገዳማ በሙገር ግራርያ በንጉሡ ታዘው ስብከተ ወንጌል አድርገው ነበረ። በዚያም የባህል አምልኮ በትልቅ ዛፍ ስር ይደረግ ነበርና አቡኑ ዛፉን አስቆርጠው ቤተ ክርስትያን አሠሩበት። ንጉሡም ይህንን ሲሰማ ቤተ ክርስትያኒቱን ሕንጻ ማርያም ብሎ መሰየሙን የኡቡኑ ገድል ይገልጻል።

ሰዓቱ ስማቸው ተክለ ማርያምና ገብረ አልፋ ከሚባሉት ከዓቃቤ ሰዓቱ ልጆችና ከሊቀ ካህናት ገብረ ኢየሱስ እንዲሁም ስሙ ይስሐቅ ከሚባል ከአንድ ባሕታዊ በስተቀር ንጉሡ በሚያስቀድስበት ዕለት ከእነዚህ ከአምስቱ ሌላ [አብሮ] አይቀድስም።

ንጉሡ ከቁርባን ከቅዳሴ በሚመለሱበት ጊዜ እነዚያን ቅኔ ማኅሌት የዋሉትን ደብተሮችና ካህናት ጠርተው ወደ ቤተ መንግሥቱ ውስጠኛው መካበብያ[56] ያስገቧቸዋል። በሦስቱ ድንኳኖችም መካከል አልፈው ይገባሉ። የላይኛውን ድንኳን ላዕላይ ፊት ይሉታል፤ የታችኛው ድንኳን ዣን ቤት ጠባቂ ያሉበትን ታህታይ ፊት ይሉታል። ከዚያ በላዕላይ ፊት ውስጥ እነዚያን ማኅሌት ቆመው የዋሉትን ደብተሮችና ካህናቱን ጠርተው ምግብ በየዓይነቱ እንደ ፍላጐታቸው ግብር ያበሏቸዋል። መጠጡንም እንደዚሁ ጠንካራና ለስላሳ መጠጥ በገፍ ይሰጧቸዋል። የተረፋቸውን ምግብም ሆነ መጠጥ ይዘው ወደ የቤታቸው ይወስዳሉ።

ይህም ማዕድ[57] [ግብር] የሚቀርበው ህብስትና [እንጀራና] ጠጅ የሚመጣው ከቤተ ፈጠጋር፤[58] ከግራዋ በአልቴሐት በቀኝና በግራ ከአለው ግብር ቤት ነው። ከእነዚህ ሁሉ ግብር ቤቶች ማዕድ ያስገባሉ። ከንጉሡ በስተቀር የቀረውን የማዕድ ብዛት ሊቆጥር የሚችል የለም። አንዱ የጠላ ዓይነት ጽሩይ ጠላ ይባላል። ሁለተኛው ደግሞ ጠላ አታርፍድ ሲባል ሦስተኛው ደግሞ የሐጼ ጠላ ይባላል። ከሁሉም የማዕድ ሥርዓት ሦስተኛው ጠላ ንጉሡ በቃሉ ካልአዘዘ ለሰው አይሰጥም። የሐዣ የተባለውን ጠጅ [ደግሞ] ጠጅ አበዛ ይሉታል።

56 የንጉሥ ቤተ መንግሥት በሦስት ዙር አጥር ይሠራ ነበረ። የከተማ መካበቢያ፣ የጀጎል አጥርና በመጨረሻም መጋረጃ ወይም የውስጥ መካበቢያ ተበለው ይጠራሉ።

57 በመካከለኛው ዘመን በአንድ ጊዜ የሚቀርብ የንጉሥ ወይም የመሳፍንት የመኳኳንንት ከፍተኛ ግብዣ ነበረ። ግብር የምግብ ጉዳይ ብቻ ሳይሆን በመካከለኛው ዘመን የእያንዳንዱን መሳፍንት መኳንንት ወይም የንግሥቲቶቹ የምግብ /የማዕድ/ አስተዋጽኦን ያካትታል። የንጉሥ ግብር የሚቀርበው በመሳፍንቱ ሆነ በመኳንቱ ላይ ተወስኖ በተለየው የምግብና የመጠጥ ተዋጽኦ መሠረት ነበረ። በሥርዓተ ግብር መሠረት የንጉሥ ማዕድ ተጋባዥ ሁሉ የመቀመጫው ሥፍራ በተዋረድ የተለየና የሚመገብበት የቢለዋ እጀታ /ባለ ወርቅ፣ ባለ ብርና ሌጣ/ በማለት የተለየ ነበረ። በዚህ መሠረት በግብር መቀመጥ በግዛት አጼው የአለውን ስልጣን ከማሳየቱ በተጨማሪ በግብር ውስጥ የአቀረበውን የምግብና የመጠጥ አስተዋጽኦ ያመለክታል። ከፍተኛ ሥልጣን ያለው ከፍ ያለ የምግብና የመጠጥ አስተዋጽኦ እንደሚያወጣ ሁሉ በባለወርቅ እጀታ ይመገባል።

58 ቤተ ፈጠጋር ማዕድ ቤት የተሰየመው ምናልባትም ንጉሡ የተወለደበትን ግዛት ለማስታወስ ይሆናል።

የጀጎል ቅጥር ጥበቃ

ሁሉም የበፀር ዋጅት[59]፣ በድል ደመና፣ በድል ሾተል ጨዋ (ሠራዊት) የተፈቀደላቸውም ከዚሁ ገበታ ይመገባሉ። ሌሎቹ የጨዋ [ሠራዊት] በፀር ሾተል፣ ድብ ምልአት፣ ዣን ምልአት፣ በድል መብረቅ፣ በድል መስቀል፣ በአደል ዣን፣ አቄት አምባ፣ በአደል ዋዥት፣ ደመና አምባ፣ በባሕር ዋገት፣ በአደል መብረቅ፣ እነዚህ የቤተ መንግሥቱን ግቢ ቅጥር እየዞሩ ሲጠብቁ የሚያድሩ ናቸው። የሚበሉትም በላዕላይ ፊት በሚባለው ሥፍራ ነው። ከድንኳኑ እስከ ንጉሡ ቤት ድረስ በግራ በኩል ሽግላይያት ከሚባል ግምጃ የተዘጋጀ መጋረጃ ይጋርዳሉ። የሽግላ መጋረጃው መቶ ሃምሳ ወይም መቶ ስላሳ ክንድ ይሆናል። በዚህ ቦታ ፍርድ ይሰጣል። የሚገረፈውም የሚወቀሰውም በዚህ ሥፍራ ነው። ዣን ቤት[60] ጠባቂዎቹ ግን በእዚያ ይቆማሉ እንጂ ወደ ላዕላይ ፊት ላይ አይወጡም። ከጽራን ጠባቂና[61] ከጃንደረባ[62] አዛዦች በስተቀር ከእነዚህ አዛዦች ከታመኑት ከትግሬ መኮንኖች ከንጉሡ መልከኛ ጋር በመሆን በዚያ [በላዕላይ ፊት] ያዛሉ። ከእነዚህ ጨዋዎች በስተቀር እነዚህ ወደ ታህታይ ፊት የሚወርዱበት ጊዜ አለ። በዚያም ብዙ ነገሮችን ያዛሉ ይበልጡን ግን የሚያዙት በላዕላይ ፊት ነው። የጸና ጉዳይ [ዳኞች] ከያዙ ንጉሡ ወደ አለበት አዛዦች ገብተው ነገር በሚናገሩበት ጊዜ ሁሉም ተንበርክከው ይሰግዳሉ። ከንጉሡ ንግግር ቃል በሰሙ ቁጥርም በመፍራትና በመንቀጥቀጥ መሬት ይስማሉ። ነጭ ቀሚስም አይለብሱም። ቀለም የገባ ልብስ ከሆነ እንደ ኳፍሬና ሾቍጤ እየተባሉ ከሚጠሩ የተለያዩ ቀለማት ካላቸው አልባሳት በስተቀር አይለብሱም። አዛዦችም ሆኑ ጌቶች ቢሆኑ ሊቀ

59 በፀር ዋጀት/ዋዠት በብዙ ሥፍራ የጨዋ ጦር ስያሜ ሲሆን ዋጀት አደገኛ የበረሐ እባብን ይወከላል። በጥንቱ የግብጹ ዘመን ፈርኦኖች ዘውዳቸው ላይ ተቀርጾ ያለው እባብ ዋጀት ተብሎ ይታወቅ ነበር። በዘርአ ያዕቆብ ታሪከ ነገሥት መሠረት በፀር ዋጀት በባሕር ነጋሽ፣ በአደል ድንበር፣ በሠራዌ/በትግሬ/ በአጼ እስክንድር ዘመን ደግሞ በጋሞ የሠፈሩ በዚህ ስም የሚጠሩ የጨዋ ጦር ነበር። በደብረ ብርሃን አንድ የጀጎል መግቢያ በበፀር ዋጀት መሰየሙ ንጉሡ ለዚህ የጨዋ ጦር ልዩ ስፍራ እንዳለው መገመት ይቻላል። ንጉሡ የአባቴ ወታደሮች ለሥልጣን አበቁኝ ከሚላቸው መካከል በፀር ዋጀት ከፍተኛ ሚና ኖሮት ይሆን?

60 የንጉሥ ጠባቂዎች

61 ጽራን/ጽራግ በሥርዓተ ግብር መሠረት ጥራን (ጠረን) ጠባቂ የቤተ መንግሥቱንና የከተማውን ጽዳት የሚቆጣጠር የሥራ ክፍል ነበረ። በንጉሡ ከተማ ውስጥ መጸዳጃ ቦታ የተወሰነ በመሆኑ ሁሉም ነዋሪ በተፈቀደለት ቦታ ካልተጸዳዳ አጅግ ከፍተኛና አዋራጅ ቅጣት ያስከትላል። ይኸው ከ30ሺህ በላይ የሚከተለውን የንጉሡ ከተማ ነዋሪዎች ጤና የጠበቀ ዘዴ ይመስላል። በከተማው የደረሰ የወረርሽኝ በሽታ በጣም በጥቂት አጋጣሚዎች ይጠቀሳሉ።

62 ጃንደረባ/ዣን ደረባ የንጉሥ የንዋይና የንብረት አዛዥ ከመሆኑ በላይ የንጉሡ የቅርብ ምስጢረኛ ነበረ። ጃንደረባ /ጾታ- አልባ/በመሆኑ ለንግሥቲቶችም ጠባቂ ሆኖ የሚመድበው ይኸው የሥራ ክፍል ነበር።

መጣኒውም[63] ቢሆን ከእርሱ ጋር ያሉትም ዣን ማሰሬዎችም ኢ.ቃቂቶችም[64] ቢሆኑ ከእርሱ ጋር ያሉት ዣን ሐጻናም ቢሆኑ ዣን ቤት ጠባቂዎች ሁሉ እንደ እነርሱ ነጭ ልብስ አይለብሱም። በግራ በቀኝ ተሰልፈው በየመቆሚያቸው ሆነው ስፍራውን ቀንና ሌሊት ያለ ዕረፍት ቆመው ይጠብቃሉ። በታሕታይ ፊት እንዲሁ በሌሊት የማኅቶት መብራት[65] በእጃቸው እያበሩ ያድራሉ። በላዕላይ ፊት ደግሞ የጧፍ መብራት እያበሩ ቁመው ያድራሉ። በጽራን ጠባቂና ዣን ደረቦችም ጭምር አብረው ያድራሉ። መብራት ግን በታሕታይ ፊት አያበሩም። ዕረፍት በሚያደርጉበትም ጊዜ በቤተ ንጉሥ[66] ግቢ አጠገብ ያርፋሉ፤ ወደ ውስጥ ድንኳኑ ግን አይወርዱም። ሁሉም በየተመደበላቸው ስፍራ ሆነው ይቆማሉ። ደብተሮቹ ሁሉ ግን ነጫጭ ልብስ በመልበስ እንደ ሥርዓታቸውና እንደ ልማዳቸው ወግና ሥርዓት ፈጽመው ወደ የቦታቸው ይመለሳሉ። ዣን ቤት ጠባቂዎች ከጥቂት ሰዓት በስተቀር አያርፉም። ምግብ በሚቀርብበት ጊዜ ወይም ንጉሡ ማንም ሳያያቸውና ማንም ሳያውቅ ወደ ቤተ ክርስቲያን በሚሄዱበት ሰዓት ካልሆነ በስተቀር አያርፉም ያን ጊዜ የውስጥ ብላቴናው ወጥቶ ለሁሉም ጨዋ ያሳውቃል። በድል ሾተል፣ በፀር ሾተል፣ በድል ደመና፣ በጸር ዋጅት የሚባሉ የጨዋ ሠራዊት ሁሉ እንዲሁም ደመና አምባ፣ በአደል ዋጀት፣ በድል መብረቅ፣ በድል መስቀል ለሚባሉት ሠራዊት ንጉሡ ወደ ቤተ ክርስቲያን እንዳለፈ [ብላቴናው] በምልክት ይነግራቸዋል። በዚህም ጊዜም እየሄዱ እምቢልታ እየነፉና ከበሮ እየመቱ በቤተ ክርስቲያኑ ደጅ ይቆማሉ፤ ወደ ውስጥ ግን አይገቡም። ዳግመኛ የአደል መብረቅ የሚባለው [ጨዋ ጦር] ቁመው፤ ቢዘን[67] መነኮሳት ሰይፍ ከነአፎቱ በመያዝ እንዲሁም የአደል መብረቅ ጋሻና ጦር ታጥቀው በቅጥሩ ውስጥ ቤተ ንጉሡን ይዞራሉ።

ሥርዓቱ ከተፈጸመ በኋላ ሁሉንም የጨዋ ሠራዊት እስኪጠግቡ ድረስ ምግብና መጠጥ ይሰጧቸዋል። ከዚህ በኋላ ንጉሡ ከቤተ ክርስቲያን ወጥቶ እንደ ልማዱ በአጥር ውስጥ ለውስጥ ወደ ቤተ መንግሥቱ ሲመለስ ከዓቃቤ ሰዓቱና ከውስጥ ብላቴኖች ከታናናሾቹና ከዝቅተኞቹ በስተቀር ማንም ሰው ሳያይና ሳያውቅ ይመለሳል። ዳግመኛም የውስጥ ብላቴች ለእነዚያ ለጨዋ ሠራዊት በእጆቻቸው እያመለከቱ የንጉሡን ከቤተ ክርስቲያን መመለሱንና ወደ ቤተ መንግሥቱ መግባቱን በጥቅሻ ያመለክቷቸዋል። ያን ጊዜም ያወካሉ

63 በሥርዓት ግብር መሠረት ሊቀ መጣኒ የንጉሡን መዳዳዣዎች የሚያስተዳድር የሥራ ክፍል ነበረ፡

64 አቃቂቶች - ከመዳዳዥና ከድንኳን ማደራጃ ጋር የሚሰራ የሥራ ክፍል ነበረ።

65 በታችኛው ፊት መብራት የሚበራው የንጉሡን ደህንነት ለመጠበቅ ሲሆን በአጼ ልብነ ድንግል ዘመን መብራት ይዘው የቆሙ 12 ሰዎችን እንደተመለከተ አልቫሬዝ ጽፏል።

66 ቤተ ንጉሥ የንጉሡ የውስጥ መኝታ ክፍል ነበረ።

67 በባሕር ነጋሽ (ኤርትራ) የሚገኘው ድብረ ቢዘን ማለቱ ነው።

በየብሔራቸውም[68] ልሳን ይዘፍናሉ። የጩኸታቸውም የዘፈናቸውም የድምፅ ቃና ከሩቅ ይሰማል። እንቢልታ ይነፋሉ ከበሮ ይመታሉ። ታላቅ ድልቂያና ታላቅ ግርማ ያለው ደስታ ይሆናል። ከዚህ በኋላ በየማረፊያዎቻቸው እንዲሄዱ ትእዛዝ ይነገራቸዋል።

እንደገናም በውስጥ በኩል ባለው አጥር ግቢ መካከል በሚገኘው ናዝሬት ቤት የመንግሥቱ ግምጃ ቤት ያሉት ሠራተኞች ፴ ወይም ከዚያ የሚበዙ ትርሽማን የተባሉትን ትናንሽ ድንኳኖች በግራና በቀኝ ይተክላሉ። ከመላው ሐገረ ኢትዮጵያ ግዛቶች የመጣውን የመንግሥት ግብር ሁሉ ጠቃሚ የሆነውንና ጥራት ያለውን መርጠው ወደ የድንኳኖቹ ያስገባሉ። ጠቃሚ ያልሆነውን [ማለት ጥራት ያነሰውንና ሊበላሽ የሚችለውን] ወደ ቤተ መንግሥትና የበረከት ቤት ይወርዳል። የሽልማት ልብሶች የሚሰፋበት ስፌት ቤት ወደ ቤተ መንግሥት እየገባ ከመንግሥት ሲፈቀድና ሲታዘዝ ግምጃው መረዋ የተባለውን የጨርቅ ዓይነት ከግምጃ ቤትና ከናዝሬት ቤት የቆየው እየወጣ ወደ ቤተ መንግሥት ወደ በረከት ቤት በዚያ እንዲሰፉትና እንዲያስጌጡት ይደረጋል።

የግብር ማዕድ አስተዋጽኦ

ከግብር ቤት ያስገቡትን ማዕድ ከግራና በአልቴሐት ከቀኝ በአልቴሐት እና በዓለተ ሽህና እንዲሁም የገላግል ገዜት[69]፣ ሥራ ቤት፣ ቄስ ሐጼ[70]፣ ሊቀ ደብተራ፣ ጽራግ ማአሰሬ፣ [71] ሊቀ መጣኒ[72]፣ ሊቀ-ቃቄታች፣ [73] በአል ጅሆ፣ [74] በአልዳሞ፣ ማርያም ወልታና ሐፄኒ እየተባሉ የሚጠሩትን ባለ ወጐች ሁሉ ለንጉሡ መጥን ያስገባሉ። ይህን ሁሉ ከግራና ከቀኝ ወዳለው የናዝሬት ቤት ወደ ተባለው ግምጃ ቤት ያስገቡታል። ከዚያ ንጉሡ ሲያዙ አውጥተው ለካህናት ለጨዋ ሠራዊትና ንጉሡ ለአዘዘለት ሁሉ፣ ሁሉም ንግሥቶች ያስገቡትን የግራና የቀኝ በዓልቲሐት በአንድነት ያስገቡትን ከግብር ቤት የገባውን ማዕድ ሁሉ ከህብስት ከጠላው ከጠጁ ወይዳትና ሻናሜና ምንናያ

68 የጨዋ የጦር ክፍል ተዋጽኦ አመልካች ነው። በየብሔራቸው የሚለው መግለጫ የጨዋ ጦር ምልምላ ከተለያየ ብሔረሰብ/ቋንቋ መሆኑን ያመለክታል።

69 የገላግል ገዜት የሚባለው የሥራ ክፍል በሥርዓት ግብር መሠረት ለንግሥቲቶች የሚያገለግሉ የማዕድ ሥራ የሚያደራጁ የሴቶች የሥራ ክፍል ነበረ።

70 ቄሰ ሐጼ የንጉሥ የንስሐ አባት ሲሆን አንዱና ዋንኛው የንጉሥ አማካሪ ነበረ።

71 የንጉሥ የውስጥ አማካሪዎችና የሕግ ባለሙያዎች ነበሩ።

72 መጫኒ ይባላል።

73 ቃቄታች የአቄት ኻር የሥራ ክፍል ባልደረባ ሳይሆን አይቀርም።

74 በሥርዓት ግብር መሠረት በዓለ የሚለው ስያሜ ለማእድ፣ ለጉዞና ለመጻሕፍት የሥራ ክፍሎች የተሰጠ የማዕረግ ስም ነበር።

ከተባለው የመብልና የመጠጥ ዓይነት ይሰጧቸዋል። አዲስ የገባውን ግብር መጥን ናዝሬት[75] ቤት ያስገቡታል። የቆየውን መብልና መጠጥ አስቀድሜ እንደተናገርኩት አውጥተው ለሁሉም ይሰጧቸዋል።

ጫን ፈረስ

ዳግመኛም በቤተ መንግሥቱ አጥር ውስጥ በላይኛው መንገድ ከንጉሥ ቤት በታች በድንኳኑ መንገድ በላይ በቀኝ በኩል ለፈረሶች ብዙ ሰቀላዎች ተሠሩ። የውጭ ሰው እንዳያዩቸው በዚያ ውስጥ እንዲያቆሟቸው ከፈረሶቹም መካከል እንደ ተለጕሙና ኮረቻ እንዲጫኑ ሐምበል ሰይፍና የራስ ቁር በኩርቻው ላይ እንደ ተሰቀለ በዝግጅት የሚያድሩ አሉ። በቤተ መንግሥቱ አቅራቢያ እንደዚህ ባለ ዝግጅት እንደተ ጫኑ ቀኑን ሙሉ የሚውሉም አሉ።

የቤተ መንግሥት ማየ ጸበል

ካህናቱም ጸበል በመያዝ በቤተ ንጉሥ ውስጥ እየዞሩ ጸበል በመርጨት ፀሐይ ከገባች ጀምረው እስኪነጋ ድረስ ያለማቋረጥ ሲዞሩ ያድራሉ። ከእነዚህም ካህናት መካከል ከአምሐራ ከአንገት የጸሎቱን ሥነ ሥርዓት እንዲያደርጉ እየመረጡ የሚያመጧቸው አሉ። ወንጌልና የዳዊት መዝሙር ክህደት ሰይጣንና እግዚአብሐር ነግሠ የሚባሉትን መጻሕፍት በመያዝ ያለዕረፍት ሌሊቱን ሙሉ እስኪነጋ ድረስ እያነበቡ የተጸለየበትን ማየ ጸሎት የንጉሡን ቤት ይረጫሉ። ቀንም ቢሆን መርጨቱን አያቋርጡም ሟርተኞች የሆኑ ሰዎች በሃይማኖቱና በበጐ ሥራው ቀንተው ንጉሣችንን ይፈታተኑታልና። ንጉሡ ራሱ በቃሉ ተናግሯዋል። በመፅሐፉም የጻፋቸው አሉ። ክፉ ሰዎችና ሟርተኞች በተቀመጡበት ቦታ በሚሄዱበትም መንገድ ላይ ሥራይና ሟርት እንዳያደርጉባቸው የጥምቀት በዓለ ሥርዓት ከተፈፀመ በኋላም ደብረ ብርሃን እንዳለ ጥምቀተ ባሕሩን እሁድ ዕለት እንዳፈረሱት፤ ይህን ያደረገበትም ሥራይ እግዚአብሔር እንደሻረላቸው በገሃድ በንጉሣችን ዘርአ ያዕቆብ በግልጽ ተናገረ እንዲሁም ጻፈ። የእስራኤል ዘር ዘርአ ያዕቆብ በሥላሴ ስም ንጹህ ነው።

ያ ጥምቀተ ባሕር በፈረሰ ጊዜ፣ ንጉሡ እንደሰማ በቤተ ክርስቲያኑ አጸድ ውስጥ ቆፍረው አናጺዎች በፍጥነት ጥምቀተ ባሕሩን እንዲሠሩ አዘዘ። በአካባቢው ያሉት ሰዎች ሁሉ ሴቱም ወንዱም ውሃ እየቀዱ ለጥምቀተ ባሕሩ የሚሆነውን ውሃ በፍጥነት እንዲሞሉ አዘዘ። በቃላቸው እንዳዘዙትም ያሰቡትንና የተመኙትን እግዚአብሔር ፈጸመላቸው። በዚያችም ዕለት በዚያ ቦታ ተጠመቀ። በላዩም ላይ ሰቀላ ቤት ሠርተው በጠንካራ

75 የመንግሥት ግምጃ ቤት።

ቁልፍ አስቆለፎ ለብዙ ዓመታትም ከዚህ ዓለም እስከተለየበት ጊዜ ድረስ በዚያች በሠራት ጥምቀተ ባሕር እየተጠመቀ ኖረ። ይህም ማየ ጸሎት ቤተ ክርስቲያኗ በተቃጠለችበት ዕለት አብሮ እስኪቃጠል ድረስ ለህሙማን ፈውስ ሆኖ ይኖር ነበር። ከዚያን ጊዜ ጀምሮ ንጉሣችን ጥምቀተ ባሕር በቤተ ክርስቲያን አቅራቢያ በቀኝ በኩል እንዲሠራ አዘዘ፤ እንዲህ ሲልም እኛ በደብረ ሊባኖስ ቤተ ክርስቲያን አጠገብ ጥምቀተ ባሕር አይተናልና። ከዚያም ቀደም በሐንጉግና በትግሬ አገር ንጉሥ ገብረ መስቀል በአሳነጸው ቤተ መቅደስ አጠገብ ጥምቀተ ባሕር አይተናል። በመጽሐፈ ኪዳንም ጥምቀተ ባሕር በቤተ ክርስቲያን በቀኝ በኩል መሆን እንደሚገባው ተጽፎ አግኝተናል። የእግዚአብሔር ሕግና ትእዛዝ እንዲፈጸምና የሰይጣንም ክፉ ሥራ እንዲጠፉ ከዛሬ ጀምሮ ሁላችሁም የክርስቲያን ወገኖች በየአገራችሁ እንደዚህ እንድታደርጉ [ሲል አዘዘ]። ይህን ያልፈጸመ ክርስቲያን ሁሉ እንዲቀጠና ቤቱም እንዲበረበር ትእዛዝ ሰጠ።

የንጉሥ የጉዞ ሥርዓት

ንጉሡ ሥርዓተ ጉዞ ለማድረግ በፈቀደ ጊዜ ታላቅና አስፈሪ ግርማና ድብልቅልቅ ይሆናል። ከትልቁ ድንኳን ጀምሮ ከቤቱ [መንግሥቱ] በሚመጣበት ጊዜ ሰው ሁሉ ከፊቱ ይሸሻል። በመንቀጥቀጥና በፍርሃትም ከፊቱ ፈጥነው ይርቃሉ። ድባቡን የሚያጠሉት[76] ሰዎች ግን በቅርብ ይይዙታል። ቁጥራቸውም ሦስት ነው። እነዚያም ድባቦች ትልልቆች ናቸው። መነሳንስ ጭራ የያዙትም እንዲሁ እነርሱም በንጉሡ አቅራቢያ ሆነው ይጓዛሉ። መጋረጃውን የያዙት ግን በፈረስ ላይ ተቀምጠው በጉዞ ላይ ያለውን ዙሪያ እየቃኙ ራቅ ብለው ይጓዛሉ። ንጉሡ በጉዞ ጊዜ ከፈረስ[77] በስተቀር በበቅሎ ላይ አይቀመጥም። ምስርቃና፣[78] ድብ አንበሳ ነጋሪት[79] የያዙት ከንጉሡ ፊትና ኋላ ሆነው በጣም ራቅ ብለው ምስርቃና፣ ቀንድ መለከት እየነፉና ነጋሪት እየጐሸሙ በየሥርዓታቸው ተሰልፈው ይጓዛሉ። እነዚህም ቁጥራቸው በጣም ብዙ ነው። ንጉሡ በሚሄድበትና ወደ ቤቱ በሚመለስበት ጊዜ እንዲሁ ያጅባሉ።

---

76 ድባብ በንጉሡ ራስ ላይ የሚጠላ ትልቅ የከብር ጥላ ሲሆን ከሐር የተሠራ ነበረ። ድባብ ይዞ የሚያጣላው ብላቴና ሲሆን አጳንጳን የሚባል የማዕረግ ስም ነበረው። አጳንጳን መነሳንስ ጭራ ይዘው ከማንኛው ትንኝ ይከላከላሉ። በንጉሡ ቀርበው የሚቆሙ እነዚህ ብላቴናዎች ነበሩ።

77 ንጉሥ ልብነ ድንግል ግን ለማዕረግ ጉዞ በቅሎ ብቻ እንደሚጠቀም የፖርቹጋሉ ጎብኝ ፍራንሲስኮ አልቫሬዝ ገልጿል።

78 ምስር ቃና በጉዞ ወቅት በንጉሥ ፊት አዝማሪዎች የሚጫወቱበት የትንፋሽ መሣሪያ ሲሆን ከምስር/ ከግብጽ/ እንደመጣ ይገመታል።

79 ድብ አንበሳ ነጋሪት የንጉሡን መነሳት፣ መምጣት የሚያስጠነቅቅ መልዕክት ለማወጅ በአደባባይ የሚመታ ነጋሪት ነበረ። ድብ አንበሳ የንጉሥን ኃይልና ፍጥነትን የአጣመረ ስዕላዊ መግለጫም ነበረ።

የጨዋ ሠራዊት በየግዛት-አጼ መስፈር

ዳግመኛም በምድረ ደዋሮ አርቋይ፣ በፀር ዋጀት፣ በድል ጸገና፣ በአደል አምባ፣ በድል ደብ፣ በድል ነድ፣ በአደል መብረቅ፣ ደረቀ በፀር[80] ዋጀት መሠረተ። ዣን ገደብ፣[81] የሚባሉትን ብዙ የጨዋ ሠራዊት ተከለ። ሌሎችንም ስማቸውን ያላወቅኋቸውን ሠራዊት አደራጀ። ንጉሡ ይህን ያደረገበት ምክንያት ዣን ጸገና የሚባለው ጨዋ ሠራዊት በቀላል ምክንያት እያኮረፉ አዛዦቸው በሚቆጣቸው ጊዜ ወደ አደል ኮብልለው ነበር።

በዚህ ምክንያት እነዚያን የጨዋ ሠራዊት ይቀጧቸው ዘንድ መከሩ። ስትመኩለት የነበራችሁትን ተመልከቱ የሰጠናችሁ አዝማች በሥራችሁ ቢቀጣችሁ ጊዜ እያኮረፋችሁ ወደ እስላሞች ስትወርዱ በመቆየታችሁ በእናንተ ላይ ሌሎችን አዳዲስ ሠራዊት ሠራንባችሁ። እግዚአብሔር እንዳዘዘ በሕግና በሥርዓት ኑሩ። ተንኮላችሁንም ተዉ፤ ያ ካልሆነ እምቢ ካላችሁ እንቀጣችኋለን፣ የወደድነውን ቅጣትም እንፈጽምባችኋለን አላቸው።

በባሊም በሐድያም እንደዚሁ ብዙ ጨዋ ሠራዊት ሠራ። በጐዣም በበጌምድርም[82] ጨዋ ሠራዊት አደራጀ። በፈጠጋር፣ በይፋት፣ በግድም፣ በገኝ፣ በአንጎት፣ በቅዳ፣ በትግራይ፣ በባሕር አምባና በሠራዌ በፀር ዋጀት አሰፈረ። በእነዚህ ሀገሮች ሁሉ የተለያዩ ስሞችን እየሰየሙ ብዙ የጨዋ ሠራዊትን መሠረተ። ለባሕር ነጋሹ[83] ግን በጣም ከፍ ያለ ደረጃ ሰጠው።

---

80 በፀር/ጸር/ ዋጀት በብዙ ሥፍራ የተደራጀ የጨዋ ጦር ስያሜ ነበረ። ዋጀት አደጋኛ እባባን ሲያመለክት የግብጽ ፈረኦኖች የዘውዳቸው ፊት አናት ላይ ተቀርጾ ያለውም ዋጀት ተብሎ ይታወቃል። የበፀር ዋጀት ጨዋ ጦር እንግዲህ የዚህ ዓይነት አደገኛ የበረሃ ጠላት አጥፊ እንዲሆን የሚመኝ ስያሜ ነበረ። በፀር ዋጀት ጦር በባህረ ነጋሽ፣ በአደል ደንበር፣ በሠራዌና በጋሞ እንደሰፈሩ ይታመናል። የንጉሥ ዘርአ ያዕቆብ የደብረ ብርሃን ከተማ ጀንል አንዱ መግቢያ በፀር ዋጀት ደጅ ተብሎ መጠራቱ ንጉሡ ለዚህ ሠራዊት ልዩ ስፍራ እንደነበረው ይገመታል።

81 ዣን ገደብ ማለት ለንጉሥ መካች/የሚከላለከል ሲሆን የዛሬው ምስራቅ አርሲ አካባቢ ተመድቦ ነበረ። የገደብ (አሳሳ) የሚለው ወረዳ ስያሜውን የአገኘው ከዚህ የጨዋ ስያሜ ሳይሆን አይቀርም።

82 ቤገምድር መሆን አለበት።

83 ባሕረ ነጋሽ- በመረብና በቀይ ባህር መከከል የነበሩ ግዛቶች ሲሆን የገዥውም የማዕረግ ስም ነበረ። ቀድሞ ግን ማዕከለ ባሕር ተብሎ ይታወቃል። የአጼ ዘርአ ያዕቆብ ሥልጣን መያዝ ከፍተኛ ተቃውሞ የበዛበት ነበረ። ዋንኛውም ተቃዋሚው የትግራይ ገዥ ትግራይ መኮንን ኢሳይያስ የተባለ ነበረ። ንጉሡ ስልጣን በያዘ ሁለተኛው ዓመት አክሱም ሄዶ በትግራይ የግዛቱን ታማኝነት ለማግኘት ሦስት ዓመት (1428-30) በቆየበት ወቅት ከትግራይ የተወሰኑ ግዛቶችን ለምሳሌ ሠራዌን ወደ ማዕከለ ባሕር ግዛት በመቀላቀል ባሕረ ነጋሽ ብሎ ሰየመው። ባሕረ ነጋሹም በሰሜን ግዛት የትግራይ ዋንኛ ተፎካካሪ ግዛት ሆኖ ቆየ። ንጉሡ የትግራይን ገዥ ኢሳይያስን የቀኝ ብሕትወደድ እና የገኝ ግዛት ንጉሥ አድርጐ በቤተ መንግሥቱ ነዋሪ ከማድረጉ በላይ ልጁን እንዳደረለት ይገመታል። ይሁን እንጂ ቀኝ ብሕትወደድ ኢሳይያስና ሚስቱ ንጉሡን በሕይወት እያለ ከዙፋኑ ለማውረድ አሲረዋል ተብለው ወዳልታወቀ ሥፍራ በግዞት ቆይተው በታሰሩበት ሞተዋል። የትግራይ ገዥዎችን ሚና በመተካት የባሕረ ነጋሽ ገዥዎች ብዙ ግዜ የመካከለኛው ዘመን የስልጣን እርከን ጫፍ የሆነውን የብሕት ወደድ ጽ/ቤት ኃላፊነት

ከተሾሙትም ሁሉ በላይ ላቅ አደረገው የሲሬውን[84] ሹምና የሰራዌን ሁለቱን የሐማሴን ከንቲባዎችና[85] የቡርን ሹም በእነዚህን ሁሉ ላይ የበላይ ሆኖ እንዲያዛቸው ስልጣን ሰጠው። መላውን የኢትዮጵያን ግዛት ሁሉ አሳመራት። አዲስ ሥርዓት [በመሥራት] የብርሃን ፋናም ሆናት። አበራላት። ድል [ም] አደረገ። ይህን ንጉሣችንን ዘርአ ያዕቆብን እግዚአብሔር ያለወቀሰና ያለክስ መንግሥት ሰማያትን ያውርሰው ልጁን ልብነ ድንግልንም እንደ ታማኝ ጋሻ ይጋርደው። ንጽሕት የሆነችው ሁለቱን ጡቶቿን ስላጠባችሁ መቼም ይጠብቃል። ለዓለመ። ዓለም። አሜን።

ሥርዓተ ቍርሐት በአክሱም[86]

ንጉሣችን ዘርአ ያዕቆብ ነገሥታት አባቶቹ እንደሚያደርጉት ሕግና ሥርዓት ለመፈፀም ወደ አክሱም ወረደ። ይኸውም ሥርዓተ ቍርሐት ይባላል። ወደ አገሩም በደረሰ ጊዜ የሀገሪቱ ሰዎችና ካህናቱ በሙሉ በታላቅ ደስታ ተቀበሉት።

የትግራይ ግዛት የተደለደሉት የጨዋ ሠራዊት በፈረስ ተቀምጠው ጋሻና ጦር አንግተው፤ ብዙ ሴቶችም በየረድፉ ተከፋፍለው በዘፈንና በእልልታ እንደ ድሮው ሕጋቸውና ሥርዓታቸው ተቀበሉት። ወደ በሮቹ በገባ ጊዜ ትግራይ መኮንንና[87] የአክሱም ኑበረ ዕድ[88]በቀኝና በግራ የወይራ አርጩሜ [ጨንገር] እየተከላከሉ ቆሙ። በዚህም ምክንያት የትግሬ መኮንን ዓቃቤ

በተደጋጋሚ ይሾሙበት ነበረ። የባሕረ ነጋሽ በዚህ የትግራይ የፖለቲካ ሽኩቻ ምክንያት በንጉሥ ዘርአ ያዕቆብ ተጠናከሮ የተመሠረተ ግዛት ነበረ። የባሕረ ነጋሽ ግዛት ለረጅም ዘመን የራሱን የውስጥ ግዛት በማስተዳደር ቆይቶ በኃላ ራስ አሉላ በንጉሥ ዮሐንስ አራተኛ ሲሾሙበትና ጣሊያኖች በ1881 የባሕረ ነጋሽን ኤርትራ ብለው ሲሰይሙ የግዛቱ ስያሜ አከትሟል።

84 የሽሬ ግዛት ሳይሆን አይቀርም።

85 በመካከለኛው ዘመን የከንቲባ ማዕረግ የነበራቸው የሐማሴን፣ የስሬ፣ የሠራዌ፣ የጸለምትና የስሜን ገዥዎች ነበሩ።

86 ቍርሐት የሚለው በዛሬው ዘመን ሥርዓት ንግሥ የምንለው ነው። ቍርሐት ግን የተለየ ሲሆን የንጉሡ የራስ ጸጉር በትንሹ ይቀራና በዚያው ሥፍራ ላይ በዣን ማሰሬው የተዘጋጀው ቅባ - ንጉሥ ይቀባል። በዚያ ጊዜ ስልጣን መለኮታዊ ይሆናል። መጽሐፍ አክሱም የተባለው ጽሑፍ ንጉሥ ዘርአ ያዕቆብ በአክሱም መቆየቱንና ሥርዓተ ቍርሐት መፈጸሙ የአክሱም ትንሳኤ ይለዋል። ከዚያም ንጉሥ በእደ ማርያም የአክሱም ካህናትን አስመጥቶ በአምሐራ-አትሮንሰ ማርያም እና ንጉሥ እስከንድር በጥልቅ (ቢሾፍቱ /ደብረ ዘይት/ አካባቢ) እንዲሁም ሠርጸ ድንግልና ስሱንዮስ በአክሱም ጽዮን ሥርዓተ ቍርሐታቸውን አድርገዋል።

87 ትግራይ መኮንን የትግሬ ግዛት ገዥ ሲሆን በመካከለኛው ዘመን ከፍተኛ ተሰሚነት ካላቸው ገዥዎች አንዱ ነበረ። አልፎ አልፎም የነገሥታት ሥልጣን ሽኩቻ ውስጥ በመግባት ወሳኝ ሚና ነበራቸው። የትግሬ መኮንን ወደ ዋናው የብሕት ወደድ የሥልጣን እርከን ላይ ሊሾሙ ከሚችሉ የክልል ሹማምንት መካከል ነበረ።

88 ንቡረ ዕድ- የአክሱም ገበዝ /ካቴድራል/ አስተዳዳሪ ነበረ።

ጽንጽንያ[89] ይባል የነበረው። ስለዚህም ወጋቸውና ሥርዓታቸው እንደእዚህ ነውና። ከዚህ በኋላ ንጉሡ ወደ አክሱም ቤተ ክርስቲያን ቅጥር ገብቶ ብዙ ወርቅ አስመጥቶ እስከ ቤተ ክርስቲያኑ በር ድረስ ለእርሱ ክብር ከተነጠፈው በሳጥና በተባለው የሐርና የግብር መርፌ ምንጣፍ ላይ በተነው ቁጥሩም የእዚያ ወርቅ መቶ መሐለቅ /ወቄት/ ነው። እንዲሁም ቁጥሩን በትክክል አላወቅሁትም ፴ ወይም ፶ ወቄት ጨምሮ ነበረ። ንጉሡም ይህንን ያደረገው ስለ ጽዮን[90] ክብር ብሎ ነው።

ከእርሱ አስቀድመው የነበሩት ነገሥታት እንደሚያደርጉት አምኃ ሰጠ። ቀኑም ከእመቤታችን ቅድስት ድንግል ማርያም ዕረፍት ዕለት ጥር ፲፮ ቀን ነው። በድንጋይ መንበር[91] ላይ ተቀምጦ ሥርዓተ ቁርሐት ፈፀመ። ይህችም የድንጋይ መንበር ብቻዋን በቅጥር ተከልላ ሥርዓተ ቍርሐት የሚፈጸምባት ነች። ሁለተኛው የድንጋይ ወንበር ደግሞ ንጉሡ በላይዋ ላይ ተቀምጦ የሚባረክባት ናት። ሌሎችም ብዙ የድንጋይ ወንበሮች በግራና በቀኝ ተቀምጠው አሉ። በበላያቸውም ባለወጐች የሆኑ አስራ ሁለት ሰዎች[92] ይቀመጡባቸዋል በዚህ ስፍራ የጳጳሱ መንበርም አለ። ንጉሡም በዚያ የቤተ ክርስቲያን ሕግና ሥርዓት ሠራ። በየጊዜው የሰዓታት ጸሎት እንዲያደርጉ አዘዘ። ከዚያ በፊት የሰዓታት ጸሎት አያደርጉም ነበር። ስለዚህ ብዙ መነኮሳት አሰባስቦ ማኀበር ሠርቶ ሊቀ አክሱም ብሎ በመሰየም መምህር ሾመ። ናዕዴር በምትባል ምድርም ብዙ መሬት ሰጠ። ይህን ሁሉ ሥራ ያደረገው ስለ እመቤታችን ቅድስት ድንግል ማርያም ፍቅር ብሎ ነው። ለእርሱ መታሰቢያ ይሆን ዘንድ ለልጆቹና ለልጅ ልጆቹም ጭምር ሌሎቹ መምህራንን አስመጥቶ በዚያ ተከላቸው። ለቤተ ክርስቲያኗም ብዙ አልባሳትንና የወርቅ ኩስኩሳትን ሰጠ። የአረጀ የቤተ ክርስቲያን ሥርዓትን አደሰ፤ ተድላ ደስታንም አጐናፅፎ በሰላም ተመለሰ።

---

89 ዓቃቤ ጽንጽንያ የንጉሥ የድባብ (ትልቅ ለንጉሥ ወይም ለታቦት የሚጠላ) ያዦች አለቃ ሳይሆን አይቀርም።

90 በክብረ ነገሥት መሠረት ታቦት-ሙሴ በቀዳማዊ ምኒልክ ዘመን የመጣው ከኢየሩሳሌምን/ከጽዮን/ እስራኤል ነበረ። ይኸው ትውፊት ታቦቱ በአክሱም አረፈ ስለሚል ይላል ስፍራውም አክሱም ጽዮን ተብሎ የተጠራው።

91 መንበር መቀመጫ/ ማረፊያ የሚል ትርጓሜ አለው። በአክሱም ዘመን የድንጋይ መንበሮች በታላላቅ ከተሞች /በመጠራ፣ በአዱሊስና በአክሱም/ እንደነበሩ መረጃዎች ያሳያሉ። አገልግሎታቸውን በትክክል ግን አይታወቅም። ንጉሥ ዘርአ ያዕቆብ አክሱም ሥርዓት ቍርሐት ሲፈጽም የአደባባይ ዙፋኖች ላይ ተቀምጦ እንደነበረ ታሪከ ነገሥቱ ይተርካል። በመንበሮቹ ላይ የአክሱም ነገሥታት የሥርዓተ ቍርሐት አድርገውበታል የሚለው ራሱ ንጉሡ የሰጣቸው መሆን አለበት።

92 12 ባለወጐች የሚላቸው የንጉሠ ነገሥቱ ግዛት ፍርድ ችሎት ዳኞችን ይመለከታል። አሥራ ሁለት መሆናቸው በክርስቶስ መንግሥት ከእርሱ ጋር የሚፈርዱ 12ቱን ሐዋርያትን መታሰቢያ አድርጎ የተዋቀረ ነበረ።

የቤተ ክርስትያን ሥራ በአምሐራ ግዛት

እንደ ገናም በአምሐራ አገር ምድረ ፀሐይ በደረሰ ጊዜ የአማረችና ከፍ ያለች ተራራ ደብር ተመለከተ። ያችንም ቦታ በጣም ወደዳት በዚች ተራራ ላይ በምሥራቅ በኩል የሕንጻ ጅምር አገኘ። በዚያችም ደብር አባቱ ንጉሥ ዳዊት የእግዚአብሔርን ቤተ መቅደስ በዚያ ይሠራ ዘንድ በልቡ አስቦ የጀመረው ህንጻ ነበር። ነገር ግን ምኞቱ አልተፈጸመለትም፤ ጊዜው አልደረሰምና። እንደ ቀደመው ንጉሥ ዳዊት[93] የእግዚአብሔርን ቤተ መቅደስ ለመሥራት ባሰበ ጊዜ አልሆነለትም፣ ከልጁ ከሰሎሞን በስተቀር በእርሱ ጊዜ አልሆነም። እንዲሁም ንጉሣችን ዘርአ ያዕቆብም ለአባቱ ያልተቻለውን የእግዚአብሔርን ቤተ መቅደስ በዚያች ከፍተኛ ደብር በስተምዕራብ በኩል ድንጋይ እየተሸከሙ እንዲያመጡ ድኃዎችንና ባለጸጐችን እንዲሁም ሹማምንቱን ሁሉ አዘዘ። ፈጥነውም አነጹት ቦታውንም አሳመሩት። በጣም ሰፊ አድርገው ደልድለው በዚያችም [ደብር ላይ] ሁለት አብያተ ክርስቲያን አሳነጹ። አንደኛውን መካነ ኀል ሁለተኛውን ደብረ ነጐድጓድ[94] ብሎ ሰየማቸው። ብዙ ካህናትና ደብተሮችንም ርስት የሚሆናቸውንም ምድር ሰጣቸው። የደብረ ሊባኖስ[95] መነኮሳት ማኅበር ጋር አንድ አድርጐ ብዙ መሬት ሰጣቸው።

እንደ ገናም ቀድሞ ወደ ነገሠበት ምድረ ደጎ[96] ደረሰ። እግዝእትነ ማርያምን ቤተ መቅደስ ማሳነጽ ጀመረ። የሕንጻዋ ሥራ አስደናቂና ልዕልናዋም ከአድባራቱ ሁሉ ይበልጣል። ከዚህ በኋላ የቤተ ክርስቲያኗን ሕንጻ አስጨርሶና የካህናቷን ደንብና ሥርዓት ሁሉ አጽንቶ የማርያምን በዓል መደገሻ የሚሆን ገንዘብ ወርቅና ብር ሰጥቶ በወርቅ ያጌጡ አልባሳትን አምኃዋን ሰጥቶ ከዚያች ቦታ ተነስቶ ሄደ። ወደዳትም ስሟንም መካነ ማርያም አላት። ብዙ ጕልትም ሰጣት በውስጡም ለእግዚአብሔር የከበረ ምስጋና የሚያቀርቡ ካህናት ከደለደለ በኋላ ለግራ በአልቴሐት[97]ለፍሬ ማርያም ሰጣት።

93 የእስራኤል ንጉሥ (900-860 ዓ.ዓ.)

94 ደብረ ነጐድጓድ የአባቱን አጽም እና እናቱም እንዲቀበሩ ከአደረገ በኋላ እርሱም በዚሁ ቤተ ክርስትያን ተቀብሯል። ንጉሥ ናዖድ ደግሞ አጽማቸውን ወስዶ በጎጃም በደጋ እስጢፋኖስ አኑሮታል። በ1513 ኢማም አህመድ ደብረ ነጐድጓድን ጦር አቃጥሎታል። የሸዋ ንጉሥ ምኒልክ ደግሞ በ1875 ደብረ ነጐድጓድን እንዳስቆፈሩት በታሪከ ነገሥታቸው የተገለጸ ሲሆን ሥፍራውም ዛሬ ዲርማ ጊዮርጊስ ይባላል። ይሁን እንጂ ምንም ዓይነት የከፍለ ዘመኑ የቤተ ክርስትያን ፍራሽ አይታይም። ዲርማ ጊዮርጊስ በደቡብ ወሎ በወረ-ኢሉ ወረዳ ይገኛል።

95 ደብረ ሊባኖስ በአቡነ ተክለ ሃይማኖት የተመሠረተ በኦሮሚያ ክልል በሰሜን ሸዋ ውስጥ የሚገኝ ገዳም ነበረ።

96 ደጎ በአንጎት ግዛት /ዛሬ ሰሜን ወሎ አካባቢ/ ይገኝ ነበረ።

97 በመካከለኛው ዘመን ነገሥታት ሦስት የታወቁ ሚስቶች ነበሩዋቸው። የተለያየ የማዕረግ ስያሜ

የደብረ ምጥማቅ ቤተ ክርስትያን ሕንጻ ሥራ

በነገሠ በ7ኛው ዓመት ከአምሐራ አገር ወደ ተጉለት[98] መጥቶ እጉባ[99] ወደ ተባለች ስፍራ ደረሰ። የጥምቀትንም በዓል በዚያ አከበረ በውስጧም ተቀመጠ ያችንም ምድር ወደዳት። በዚያችም ስፍራ እንዳለ ከእስክንድርያው ሊቀ ጳጳስ ከአባ ዮሐንስ እስላሞች በግብፅ የምትገኘውን የደብረ ምጥማቅ ቤተ ክርስቲያንን አቃጠሏት የሚል ዜና መጣ። እመቤታችን ቅድስት ድንግል ማርያም በገሃድ በመታየቷ ከእነርሱ የእስልምና እምነት ተከታዮች ብዙዎቹ ወደ ክርስትና እምነት በመግባታቸው ምክንያት እንደሆነም ተነገረው። ንጉሡ ዘርአ ያዕቆብም ይህንን በሰማ ጊዜ አዘኖ አለቀሰ። ከሠራዊቱና ቀደም ሲል ከኢየሩሳሌም ከመጡት ነጋዲያን ጋር በመሆን አምርሮ አዘነ። ከዚያ በኋላ ልቡናውንና የሠራዊቱን ልብ ያረጋጋ ዘንድ አሰበ። የክርስቲያን ወገኖች ሆይ አታልቅሱ አትዘኑም ብሎ ማረጋጋት ጀመረ። በምሥር[100] ሀገር ያለችውን ደብረ ምጥማቅን ቢያፈርሷትም እኛ በዚህ በሀገራችን የእመቤታችን የቅድስት ድንግል ማርያምን ቤተ ክርስቲያን

ቢኖራቸውም የወል መጠሪያቸው በዓልቲሐት/አልቲሐት ይባላል። በማዕረጋቸው መሠረት የግራዕ በአልቲሐት ቀዳማዊት እመቤት፣ ሁለተኛዋ የቀኝዕ በአልቲሐትና ሦስተኛዋ በዓልተ ሸህና ተብለው ይጠራሉ። ቀዳማዊት ንግሥት ፍሬ ማርያም (ወይም ጽዮን ሞገሳ) የንጉሥ ዘርአ ያዕቆብ የልጅነት ሚስቱ ስትሆን የማዕረግ ስሟ ዣን ኃይላ ነበር። የቀኝ በአልቲሐት ዝነኛዋ ንግሥት እሌኒ ስትሆን የሐድያው ገራድ መሐመድ ልጅ ነበረች። የማዕረግ ስሟ ደግሞ ዣን ዜይላ ይባል ነበረ። ሶስተኛው ሚስት ስሟ በግልፅ ባይታወቅም በዓልተ ሸህና በዕድሜዋ ከሁለቱ በአልቲሐት ታናሽ ሳትሆን አትቀርም።

98 ተጉለት ከ12ኛው ክፍለ ዘመን ጀምሮ የሚታወቅ ግዛት ሲሆን በሰሜን ከመንዝ፣ በምዕራብና ደቡብ ከሸዋና በምስራቅ ከኢፋት የሚዋሰን የክርስቲያን ማህበረሰብ መኖሪያ ነበረ። ለመካከለኛ ዘመን ነገሥታት ክብር በተዘፈነው ጹሑፍ ላይ ተጉለትን "የገድ መጀመሪያችን" በማለት ያስታወሳል። ይኸውም ተጉለት አጼ ይኮኑ አምላክ (1262-1278) ከዛግዌ ንጉሥ ይትባረክ ጋር ለዙፋን ሲታገል ተጉለት የነበሩት ክርስቲያኖች እንደረዱትና ስልጣን ሲይዝ በተጉለት እንደነገሠ ይነገራል። በተጉለት ከአጼ ውድም አርዕድ (1299-1307) ጀምሮ እስከ ንጉሥ ይስሐቅ (1405-1423) ድረስ ነገሥታት መርዓዴ በሚባል ሥፍራ መከተማቸውን መረጃዎች ያስረዳሉ። ንጉሥ ዘርአ ያዕቆብ በተጉለት በቆየበትም ጊዜ የደብረ ምጥማቅ ቤተ ክርስቲያንን መሥርቷል። ዛሬ የደብረ ምጥማቅን ዝና የወረሰቸችው የጻድቃኔ ማርያም ገዳም ናት። ተጉለት የአጼ ምኒልክ አያት የንጉሥ ሳህለ ሥላሴ (1805-1840) የትውልድ ሥፍራም ነው። ተጉለት የሸዋ ንግሥቶቸም (ዘነበ ወርቅ፣ በዛብሽ፣ እጅጋየሁና ባፈና) መቀመጫ ሲባል ሰላድንጋይ የንግሥት ዘነበ ወርቅ (የንጉሥ ሳህለ ሥላሴ እናት) ዋና ከተማ ስትሆን በምኒልክ ንጉሥነት ዘመን ደግሞ የጳጳሱ የአቡነ ማቴዎስ የሸዋ መንበር ጵጵስና ነበረች። በ1875 በንጉሥ ምኒልክና በአቡነ ማቴዎስና ድጋፍ የሰላድንጋይ ማርቆስ ቤተ ክርስትያን ተመሠረተ።

99 እጉባ ደብረ ምጥማቅ ገዳም በኢትዮጵያ የተመሠረተበት ቦታ ነበር። ደብረ ምጥማቅ በግብፅ በማርያም ስም የተሠራ ቤተ ክርስትያን ነበረች። በ1438 የግብፅ ሱልጣን ቤተ ክርስትያኗን አፈረሳት። ንጉሥ ዘርአ ያዕቆብ በሰማ ጊዜ በጣም አዝኖ የፈረሰቸውን የደብረ ምጥማቅ ቤተ ክርስትያን መታሰቢያ በማድረግ በእጉባ አሠራ። ንጉሥ ዘርአ ያዕቆብ በደብረ ሊባኖስ ገዳም አስተዳደር እንድትሆን ቢያደርግም ቅዳሜን በሰንበትነት ለማክበር በ1441 ጉባኤ የጠራው በደብረ ምጥማቅ ነበረ። ደብረ ሊባኖስ ገዳም ቅዳሜን በሰንበትነት መከበር የለበትም ብለው ከሚቃወሙት ገዳማት ማካከል ዋነኛው ነበረ።

100 የግብፅ ሌላ ስያሜ ነው።

እንሠራለን ስሟንም ደብረ ምጥማቅ እንላታለን በማለት ተናገረ። ከዚያ በኋላ ንጉሣችን ዘርአ ያዕቆብ በዚያች አገር ቤተክርስቲያን እንዲያንጹ ትእዛዝ ሠጠ። በተጉለት ምድር ጉልት ሠጠ። ሕንጻዋንም አሳመራት። ሥራውን ከፈጸመ በኋላ ካህናትን ሾመ። ስሟንም አስቀድሞ እንደተናገረ ደብረ ምጥማቅ ብሎ ሰየማት።

የጎሚት ውጊያ

በዚች ምድር ላይ እንዳለ አርዌ በድላይ[101] እንደመጣ ሰማ። ከዚያች አገር ተነስቶ ወደ ምድረ ደጎ ሄደ ከዚያም አዞር ገበያ ደረሰ። ከዚያም አፋፍ ደረሰ፣ ከየለበሸ፣ አጋም ገበያ፣ ከዚያ ደዋሮ ደረሰ። ከእርሱም ጋር ጥቂት ሠራዊት ነበሩ። ስማቸውንም ሐሳብ በወሰን ብሎ ሰየማቸው። ወደ ቅዱሳኑ የላከው መልዕክት መልካም ከደብረ ሊባኖስም ከሌሎችም ገዳማት ካሉት ብዙ ቅዱሳን አትፍራ እግዚአብሔር የቅዱሳኑን ጸሎት ሰምቷልና አትፍራ ድልን ትጎናፀፋለህ ጠላትህን በእግዚአብሔር ኃይል ትጥለዋለህ የሚል መልዕክት መጣለት። የሐድያውም ገራድ ለንጉሡ እንዲህ ሲል ላከ፤ አንተን እረዳ ዘንድ ፍቃድህ ከሆነ ትእዛዝህን ወደኔ ላክብኝ ሲል ላከ፤ ወደ አርዌ በድላይ ደግሞ እንዲህ ሲል ላከ እኔ ከአንተ ጋር አብሬህ ነኝ አንተን ለመርዳት እመጣለሁ ሲል ላከ። እንዲህ ሲል መልዕክት የላከው እውነት ሳይሆን ንጉሡን ለማታለል ሆን ተብሎ የተላከ የሽንገላ ቃል ነው። ጌታዬ ንጉሥ ሆይ አሁንም በመልካም አኳኋን ወደ እኔ ላክብኝ አለው። ወዲያውኑ ንጉሣችን ዘርአ ያዕቆብ እንዲህ ሲል ላከበት። ወደዚህ ወደኛ አትምጣ ነገር ግን እስክጠራህ ድረስ ተዘጋጅተህ በአይ ፈረስ ምድር ከትመህ ተቀመጥ በማለት መልከኛውን ላከበት። ከዚያም በኋላ

---

101 ጎሚት የሚለው ቃል በእነዚህ ታሪከ ነገሥት ላይ አልተጠቀም ነገር ግን ሌሎች የዘመኑ ሰነዶች ውጊያው በጎሚት እንደተካሄደ ይዘግባሉ። ጎሚት በደዋሮ ግዛት የሚገኝ ሥፍራ ሲሆን በ1437 ዓ.ም. ወሳኝ ውጊያ የተደረገበት ቦታ ነው። የአዳሉ እስላማዊ መንግሥት ገዥ ሡልጣን አህመድ በድላይ ግዛቱን በማስፋፋት የባሊንና የደዋሮ ግዛቶች መቆጣጠሩን ንጉሥ ዘርአ ያዕቆብ እጉባ እያለ ሲሰማ ንጉሡ የራሱን ጦር ይዞ ወደ ደዋሮ ጎሚት ዘመቷል። ታህሳስ 29 ቀን 1437 የተጀመረው የጎሚት ውጊያ በንጉሥ ዘርአ ያዕቆብ አሸናፊነት ሲደመደም ሡልጣን አህመድ በድላይ በውጊያው ላይ ተወግቶ ሞቷል። የጎሚት ድል የክርስትያኑን መንግሥት ስልጣን በዛሬው አፍሪካ ቀንድ ላይ የበላይነት የአጐናጸፈ ወሳኝ ውጊያ ነበረ። የአደል እስላማዊ መንግሥት ከሠላሳ ዓመት በላይ ዓመታዊ ግብሩን በማቅረብ ለክርስቲያናዊው መንግሥት ታማኝነቱ ሲያሳይ ኖሯል። የጉሚት ድል ደብረ ብርሃን ከተማ ቋሚ ከተማ እንድትሆን በማድረጉ ዛሬ ቤተ ክርስቲያን የምትጠቀምባቸው የኃይማኖት ድንጋጌዎች እንዲጸፉና እንዲተረጐሙ ሁኔታውን አመቻችቷል። ንጉሥ ዘርአ ያዕቆብ ለመጀመሪያ ጊዜ ቋሚ የጨዋ ጦር በየግዛቱ እንዲያደራጅ አስችሎታል። የጎሚት ውጊያ ታላቅ ከመሆኑ የተነሳ የድሉ ዜና በታላላቅ የኃይማኖት መጻሕፍት በተአምረ ማርያምና በመጽሐፈ ምዕላድና መጽሐፈ ባሕርይ ተጽፏል። ዘርአ ያዕቆብ የሡልጣን አህመድ በድላይ ልብሱና የተማረከው የጦር እቃዎቹን ለታላላቅ ገዳማት አከፋፍሎም ነበረ።

መልከኛውን ከእርሱ ጋር እንዲሆን ሰጠ። እርሱም ንጉሡ በአዘዘው ስፍራ በአይ ፈረስ ተቀመጠ።

እርሱም የሐድያው ገራድ መሐመድ ይባላል። የንጉሡ የቀኝ በአልቴሐት የሆነችው የንግሥት እሌኒ አባት ነው። ንጉሡ ግን አላመነውም። አርዌ በድላይና ይህ የሐድያው ገራድ መሐመድ ሁለቱም እስላሞች ናቸውና። በዚህ ምክንያት ወደ ጦርነቱ ቦታ እንዳይመጣ አዘዘ። አላመነውምና።

ከዚህ በኋላ ንጉሣችን ዘርአ ያዕቆብ ስፍር ቁጥር የሌለውን የአርዌ በድላይን ሠራዊት ተመልክቶ አደነቀ። የእግዚአብሔርን ስም ጠራና የመንፈስ ቅዱስን ኃይል ለበሰ። አብረውት ያሉትን ጥቂት ሠራዊት ይዞ ውጊያ ጀመረ። ዓቃቤ ሰዓት አምኃ ጽዮን ግን እንዲህ ሲል ለመነው፣ ለውጊያ የተጠሩት ሠራዊትህ እስኪደርሱ ለጦርነቱ አትፍጠን ከዚህ ከአንተ ጋር ያሉት ተዋጊ ሠራዊት በጣም ጥቂት ናቸው። አንተም የጦር ልብስህን ለብሰህ ለውጊያ አልተዘጋጀህም ጌታዬ ለምን እንዲህ ታደርጋለህ ሲል ጠየቀው። ያን ጊዜ ንጉሡ ገሠጸው። ዳዊት በመዝሙሩ ንጉሥ በሠራዊቱ ብዛት አይድንም ኃያልም በኃይሉ ብዛት አይበረታም ፈረስም ከንቱ ነው አያድንም፣ በኃይሉ ጽንአትም አያመልጥም ያለውን አልሰማህምን?[102] አለው። እኔ በቸርነቱ በምሕረቱ እንደሚረዳኝ እግዚአብሔር ታምኜበታለሁ ብሎ ወዲያውኑ ያን ጊዜ ተነስቶ ድባብ እንዲዘረጉ ምስርቃናውም እንዲነፉ ድብ አንበሳ የተባለውን ነጋሪትም እንዲጐሽሙ ሰንደቅ[103] በግራና በቀኝ እንዲሰቅሉ ትእዛዝ ሠጠ።

ከዚህ ቀደም እንደተለመደው ሁሉ ከግርማው አስፈሪነትና ታላቅነት የተነሳ ሁሉ ተናወጠ። አርዌ በድላይም ይህን ሁሉ አይቶ ደነገጠ። ልቡም ተሸበረበት። ከእርሱ ጋር ያሉትን ሰዎች ንጉሡ አልመጣም። የመጣው ሐሳብ በወሰን የተባለው ሹም ነው አላላችሁኝም ነበር? ሹም አይደለም ይህ የማየው እርሱ ራሱ ንጉሡ ነውና ሲል ጠየቃቸው። እርስ በእርሳቸው ይህንን ሲነጋገሩ ንጉሣችን ዘርአ ያዕቆብ ወደ ከሃዲው ጦር ቀረበ። ከከሃዲው ሠራዊት ብዙዎችንም ጣለ።

ከዚያም ከንጉሡ ወታደሮች አንዱ አርዌ በድላይን በጦር ከግንባሩ ላይ ወጋው አርዌ በድላይ ከግንባሩ ላይ የተሰካውን ጦር በእጁ ሰብሮ በመንቀል ወደ ንጉሡ ተጠጋ። በእብሪተኝነቱ ንጉሡን ለመያዝ ፈልጐ ነበር። ስለዚህም እግዚአብሔር እብሪቱን ተመልክቶ ከሃዲውን በእጁ ጣለለት። ንጉሡም በያዘው ጦር አንገቱ ሥር ወግቶ አንገቱን በሰይፍ ቆረጠው። አብረውት ያሉትንም ወታደሮች ሁሉ ተረባረቡበት። ንጉሣችን ዘርአ ያዕቆብ

102 ከመጽሐፍ ቅዱስ ከመዝሙረ ዳዊት 33፡16-17 የተወሰደ ሃሳብ ነው።

103 የሚወለበለብ ሰንደቅ የንጉሡን ወገን ከሌላው የሚለይ ምልክት ሳይሆን አይቀርም።

በሥላሴ ስም ድል በማድረጉ ምስጋና አቀረበ። ከዚህ በኋላ ሁሉም የእስላም ወታደሮች ሸሹ። የክርስቲያን ወታደሮችም ተከተሏቸው። በየመንገዱ ያገኙትን እየገደሉ በጦርና በሰይፍ ቀሪዎቹም ገደል እየገቡ ያለቁት በጣም ብዙ ናቸው። ከመካከላቸው አንድም ያመለጠ የለም። እግዚአብሔር እንደ ትምክህታቸው ከፍሏቸዋልና።

የከረዲን መያዝ

ከረዲን[104] የሚባለው ወንድሙ (የሡልጣን አህመድ በድላይ) አምልጦ አዋሽ ከደረሰ በኋላ ንጉሡ በማምለጡ በጣም አዘነ። ያን ጊዜ ዣን ጸገና የተባለው የጨዋ ጦር ተከታትለውት አዋሽ በአረፈበት አግኝተው አንገቱን ቆርጠው ለንጉሡ አመጡ። ንጉሡ ይህን በአየ ጊዜ ከመጠን ያለፈ ተደሰተ። እውነት በእውነት ዛሬ ደስታ ሆነ የልደቱ ምስጋና አስደናቂ ነው እያለ በዜማ አመሰገነ። ዕለቱ ጌታችን መድኃኒታችን ኢየሱስ ክርስቶስ የተወለደበት ታህሣሥ 29 ቀን ነውና ከዚህ በኋላ ንጉሡ የተገደሉትን የተያዙትንና ወደ ገደል ገብተው የሞቱን አስከሬንና የተማረኩትን ምርኮኞች የያዟቸውን ፈረሶች ሁሉ እንዲቆጥሩ አዘዘ ቁጥራቸውም በጣም ብዙ ሆነ። ብዙ ካህናት መዝሙር እየዘመሩ ንሴብሖ ለእግዚአብሔር እያሉ እየተደሰቱ መጡ። ብዙ ሴቶችና ወንዶችም ከየሀገሩ በየብሔራቸው ልሳን እየዘፈኑ መጡ ለእግዚአብሔርም ምስጋና አቀረቡ።

ይህንን አስደናቂ የሆነውን ነገር እንዲያይ የሐድያውንም ገራድ ይህን ጊዜ ንጉሡ ከአይ ፈረስ ጠራው። የልብስ ሽልማትም ሰጠው የሕሊናውን ንጹህ መሆኑን ተመለከተ። ከዚህ በኋላም የከሃዲውን የአርዌ በድላይን ራስ ቆረጡት። እንደ ገናም እጆቹንና እግሮቹን ቆራርጠው ወደ የሀገሩ ላኩት። ራሱን ግን ወደ አምባ ገበያ ወሰዱት ሌላውን የሰውነቱን የአካላት ወደ አክሱም ወደ መንሐድቤ ወደ ዋስል ወደ ጅጅና ወደ ዊዝ ላኩት። ወደ ደብረ ነጐድጓድ ልብሶቹን ጦሩንና ጋሻውን ድባቡና ጥሩሩን ከሚስቱ አልባሳት ጋር ላኩት። ለደብረ ሊባኖስና ለጽዮን ለሁሉም አድባራት ገንዘቡንና በተለያየ ኅብረ ቀለም ያሸበረቀውን ቀሚሱን አከፋፈሉት። የቀረውን የሰውነቱን ክፍል ማለትም ቢጋሩን ከመላ ኢትዮጵያ የተሰሰበው ሕዝብ የድንጋይ ናዳ አወረዱበት። ቀብቶ ያነገሠውን የንጉሥ ዘርአ ያዕቆብን የልቡናውን ሐሳብ እግዚአብሔር ፈጸመለት። ለእግዚአብሔር ክብርና ምስጋና ይድረሰው አስደናቂ የሆነ ተአምራቱ ይገልጽ ዘንድ ጠላቱን በእጁ ጣለለት። ዳግመኛም ደስ ያሰኘው አምላክ እግዚአብሔር በሰማያዊት ቤቱ በመንግሥተ ሰማያት ከመረጣቸው መላው ቅዱሳን ጋር ያኑረው። አሜን። የእርሱ ልጅ የሆነውን ንጉሥ ልብነ ድንግልንም እግዚአብሔር ለእርሱ የሰጠውን ጸጋና ክብር

104 በየቋንቋቸው

ደራርቦ ይስጠው። ለዘላለም ይርዳው፤ ጠላቶቹ የሆኑትን ሁሉ ያጥፋለት ዕድሜውን ያርዝምለት። አሜን። አሜን።

ጥልቅ የነገሥታት ከተማ

ከዚህ በኋላ ንጉሣችን ዘርአ ያዕቆብ በተድላና በደስታ ተመለሰ። በፈጠጋር ምድር ወደ ተወለደበት ጥልቅ[105] ወደ ምትባል ቦታ ደረሰ። በእርሷም ተቀመጠ። በዚያም የቅዱስ ሚካኤልን ቤተ መቅደስ ሕንጻ አሰጀመረ። ይህውም አባቱ ንጉሥ ዳዊት ብዙ ተክል አስተክሎባት የነበረ የለባሻ የምትባል ስፍራ ናት። በዚያም ታላቅ የቤተ ክርስቲያን ሕንጻ አስጀመረ። ስሙንም መርጡለ ሚካኤል አለው። የታችኛውን ግን ዓፀደ ሚካኤል ብሎ ሰየመው። የሁለቱም አብያተ ክርስቲያናት አለቃቸው አንድ እንዲሆን አደረገ። ካህናትንም ለየብቻቸው ደለደለ። የሚተዳደሩበትንም ደንብ ሠራላቸው። የሕንጻቸውም ሥራ ብዙ ሳይዘገይ በቅርብ ቀን እንዲፈጸም ትዕዛዝ ሰጠ። እግዚአብሔርም የልቡን ሐሳብ ፈጸመለት፤ ዳግመኛም እግዚአብሔር የላይኛውን ዓለመ ነፍስ መንግሥተ ሰማያትን ያውርሰው። አሜን።

ከዚያ በኋላ ምድረ እንዘርደ ደረሰ። በዚያም ቤተ ክርስቲያን ተክሎ ስሟንም ደብረ ስኂን አላት። የሚያስተምሩ የሚያገለግሉ ደብተሮችን ከሌሎችም ወገን ለግብረ ካህናት አገልጋዮችና ጠቃሚ የሆኑትን ተከለ። የሚተዳደሩበትንም ርስት ሰጠ። ለእመቤታችን ድንግል ማርያም መዘከሪያ ለንጉሡ ስም መጥሪያ የሚሆነውን ብዙ ርስት ለየብቻ ሰጠ። ለካህናቱና ለደብሩ ይህን ሁሉ አድርጐና የቤተ ክርስቲያን መተዳደሪያ የሚሆን ሥርዓት ሠርቶ እነርሱን በሰላም ተሰናብቶ ንጉሣችን ዘርአ ያዕቆብ ከዚያ ሄደ። ከዚያም ገስግሶ ከሌላይቱ ምድር ደረሰ። በዚያም ለጥቂት ጊዜ ከተቀመጠ

105 ጥልቅ በፈጠጋር (ምንጃር-ሸንኮራ) የሚገኝ ሥፍራ ሲሆን ንጉሥ ዳዊት በመጀመሪያ የነገሥታት ከተማ መሥርቶበታል። በ1393 ንጉሥ ዘርአ ዘርአ ያዕቆብ በጥልቅ ተወለደ። በ1437 ንጉሥ ዘርአ ያዕቆብ በጎሚት ድል ከተቀዳጀ በኋላ ቀጥታ የመጣው ወደ ትውልድ ስፍራው ጥልቅ ሲሆን ሁለት አብያተ ክርስቲያናትን በመመሥረት የድሉን ሐውልት አቆመ። የመጀመሪያው የሚካኤል አዳራሽ ሲል መርጡለ ሚካኤል ብሎ ሰይሞታል። አጸደ የሚለው ቃል አጨደ የሚለውን ትርጉም ይዞ የተሰየመ ከሆነ በመለኮታዊ ኃይል በመላእክት አለቃ ሚካኤል እርዳታ ስለማሸነፉ የድሉ መታሰቢያ አድርጎታል። ንጉሥ በእደ ማርያም በጥልቅ የልጅነት ዘመን አሳልፏል። ንጉሥ እስክንድርም የተወለደውና የንግሥናውን ሥርዓተ ቍርሐቱንም የፈጸመው በጥልቅ ነበረ። ጥልቅ በናዖድና በልብነ ድንግል ዘመናት ባይጠቀስም በፈጠጋር (ምንጃር-ሸንኮራ) ዋንኛዋ የነገሥታት መቀመጫ እንደነበረች መገመት ይቻላል። በምንጃር-ሸንኮራ ዛሬ የመካከለኛው ዘመን አብያተ ክርስትያት ፍራሾች የሚታዩበት ሥፍራዎች መካከል የግንብ ቴዎድሮስ፣ የእንስላሴ ክርስቶስ ሳምራ፣ የደበ ጎጀ፣ የአሮጌው ጀጎል የየረርና የቦካን ታሪካዊ ቦታዎች ተጠቃሽ ናቸው።

በኋላ የፈለገ ወራሪ[106] የሚባለውን ወንዝ ተሻግሮ ምድረ ኢባ[107] ደረሰ፤ ቦታዋ ደስ ባላቸው ጊዜ በእርሷ መቀመጥን ወደደ።

የአባ ኢስጢፋኖስ ተከታዮች ፍርድና የደብረ ብርሃን ስያሜ

ከዚያም እያለ ከጥቂት ወራት በኋላ ለእመቤታችን ማርያምና ለልጇ መስቀል አንሰግድም የሚሉ ደቂቃ እስጢፋ[108] ተነሱ። በዚህም ምክንያት በንጉሡ ፊት አቆማቸው። ንጉሡም የተናገሩበትን ምክንያት ጠየቃቸው። ከሊቃውንቱም ጋር በመሆን ተገቢውን የመጽሐፍ መረጃ በመስጠት አስፈራሯቸው። ድልም አድርጎ ሸኛቸው። በዚህም ከክህደታቸው ሊመለሱ አልቻሉም። ንጉሡ ያን ጊዜ እነርሱ ላይ ፍርድ ይሰጡ ዘንድ የክርስቲያን ወገኖችን ሁሉ ሰብስቦ አዘዘ። ከኢየሩሳሌም የመጡትንም እንግዶች ጨምሮ እንዲፈርዱ አዘዘ። እነርሱም በእነዚህ መናፍቃን ላይ እስከሞት የሚያደርሱ የተለያዩ ቅጣቶች እንዲቀጡ ፈረዱባቸው። ከዚያ በኋላ አፍንጫዎቻቸውን ፎነኑዋቸው። ምላሳቸውንም ቆረጧቸው። በድንጋይም ወገሯቸው። ይህ የሆነው የካቲት ፬ ቀን ነው። ከ፴፫ ቀን በኋላ መጋቢት ፲ ቀን በበዓለ መስቀል ብርሃን ወረደ።[109] በየሀገሩም ሁሉ እየታየ ብዙ ቀን ቆየ። በዚህ ምክንያት ያችን ቦታ ሁሉ ወደዳት ስሟንም ደብረ ብርሃን አሏት። በዚችም ቦታ በጌታችን በመድኃኒታችን በኢየሱስ ክርስቶስ ስም ቤተ ክርስቲያን ተከለ። ሥራዋም ያማረችና የተዋበች አደረጋት። ሕንጻዋንም አቄቴ ዣር (አቄት

106 ፈለገ ወራሪ ዛሬ በደብረ ብርሃን ከተማ ከምሥራቅ ወደ ምዕራብ የሚከበው የበሬሳ ወንዝ ነው። የበሬሳ ወንዝ ከከተማዋ ውጪ አሁንም ወራሪ ተብሎ ይጠራል።

107 ምድረ ኢባ የደብረ ብርሃን የቀድሞ ስያሜ ነበረ።

108 እስጢፋ ሰይጣን የሚል ሲሆን ለአባ እስጢፋኖስ ተከታዮች በተቃዋሚዎቻቸው የተሰጠ ስያሜ ነበረ። አባ እስጢፋኖስ በንጉሥ ዘርአ ያዕቆብ ተጠናክሮ የመጣውን የማርያም፣ ለመስቀልና ለስዕል የመስገድን ሥርዓት የተቃወሙ ክርስቲያኖች ነበሩ። እስጢፋኖስ በሽሬ ከሚገኘው ገዳሙ ንጉሥ ዘርአ ያዕቆብ ስልጣን ከመያዙ በፊት በንጉሥ ይስሐቅ ወይም ሕዝብ ናኘ ፊት ተከሶ ቢቀርብም ተከራክሮ ነጻ ወጥቷል። ንጉሥ ዘርአ ያዕቆብ ግን እንደገና አስጠርቶት ጉዳዩን አራት ጊዜ በንጉሡ ችሎት ቀርቧል። ከንጉሡም ጋር ሃይማኖታዊ ክርክር ከአደረገ በኋላ እስጢፋኖስ ድጋፍ እያገኘ በመሄዱ ምክንያት ንጉሥ ዘርአ ያዕቆብ በ1446ዓ.ም. የተከታዮቹ ትምህርት እንዲታገድ ከማዘዙም በላይ በአስከፊ ሁኔታ እንዲገደሉ ማድረጉን ታሪክ ነገሥቱ ያስረዳል። አባ እስጢፋኖስ ግን በደዋሮ በግዛት ተልኮ በእዚያው ሞቷል። የእስጢፋኖስ ተከታዮች የራሳቸውን የጉንደ ጉንዴ ገዳምን መሥርተው ብዙ መጻሕፍትን በመድረስ የዘመኑን የሃይማኖታዊ ሁኔታ በራሳቸው እይታ ጽፈዋል። የዚህ ሃይማኖታዊ ንቅናቄ የከሰመው በአጼ ናዖድ ዘመን ዕዝራ የሚባለው የገዳሙ መሪ በማርያም ስዕል ሥር ከሰገደ በኋላ ነበረ። በጉንደ ጉንዴ ገዳም ስዕሎች መሳል ከዚህ ዘመን ጀምሮ ሳይሆን አይቀርም።

109 ዛሬ በደብረ ብርሃን ሥላሴ ቅጥር ግቢ ውስጥ ዙሪያዋ ተከልሎ የምትገኝ የቀጋ ዛፍ አለች። እርሷም ብርሃን የወረደባት ልዩ ስፍራ እንደሆነች ይተረካል። የአንድ ቀጋ ዛፍን በተመለከተ የንጉሥ በእደ ማርያም ታሪክ ላይ ገጽ 63 ተመልከት።

ዥር) የተባሉት ባለሟሎች መላው የሸዋ መኳንንት [ሆነው] በ፰ ቀናት[110] የሕንጻውን ሥራ ተፈጸመ። ንጉሡ በፍጥነት ተሠርቶ እንዲያልቅ በሰጠው ትዕዛዝ መሠረት ለጣሪያ ክዳን የሚሆነውንም ሣር ከግድምና ከፈጠጋር የአገሪቱ ሰዎች ሁሉ በአንድነት ተባብረው አመጡ። ለሁለተኛ ጊዜም እንደገና ብርሃን ወረደ። በሌሊትም ካህናቱ ማኅሌት ቁመው አገልግሎት በሚሰጡበት ሰዓት ብርሃን ታየ። በዚያች ደብር እግዚአብሔር ታምራቱን ገለጸ። እነዚያም መምህራን ብርሃኑን አዩ። ንጉሡም በቤተ ክርስቲያኑ ላይ ብርሃን ሲወርድ አይቻለሁ አለ።

ንጉሡም ምድረ ኢባን ከግራ በአልቴሐት ወስዶ ለዚህች ቤተ ክርስትያንና [ለኢየሱስ] ለካህናቱ የመተዳደሪያ እንዲሆን ቃል ገባ፤ ሥርዓቱንም ሁሉ አጸና። ሁሉንም ሠራዊት መኖሪያቸውን በዚሁ እንዲሠሩ አዘዘ። ለእርሱም መኖሪያውን እንዲሠሩ [በከተማው] ያሉትን የጨዋ ሠራዊት በሙሉ ጀኀልና ቅጥሩን እንዲሠሩ [አዘዘ]። የሸዋ ስዩማን በሙሉ ለቅጥሩ ሥራ የሚውል የዱር ወይራ ዛፍ ግንድ ልጠው በስጦታ ይዘው እንዲመጡ አዘዘ። ከላይ እንደተናገርኩት የተላጠውን የጀኀሉ [ቅጥር] ነጭ ይሆን ዘንድ የወይራ ግንድ ዛፍ እንጂ ሌላ ይዘው አልመጡም። ማንም ወደ እዚህ ቅጥር አይጠጋም ነበረ።

ንጉሥ ዘርአ ያዕቆብ በደብረ ብርሃን በነበረ ጊዜ የመንግሥት ሥርዓትን ሁሉ አጸና። በዚሁ ሥፍራ ብዙዎች እንዲገደሉና ሌሎች ደግሞ እንዲጋዙ የተፈረደባቸው በእግዚአብሔርና በመሢሁ[111] ላይ በማመጻቸው [ነበረ]። በዚሁ ሥፍራ ለእግዚአብሔር ፈቃድና ለንጉሡ የታዘዙትን ብዙዎችን ከፍ አደረጋቸው አከበራቸው።

የደብረ ብርሃን ቸነፈር

በዚች በደብረ ብርሃን ከተማ ብዙ ጊዜ ከኖረ በኋላ ቸነፈር የተባለ ተላላፊ በሽታ ገብቶ ብዙ ሕዝብ አለቀ። ብዙ ወገኖችም ከባድ ጉዳት ደረሰባቸው። የሚቀብራቸውም ሰው አጡ። በዚህ ምክንያት ንጉሣችን ዘርአ ያዕቆብ መከረና በደብረ ብርሃን ቀኝ የቂርቆስን ቤተ ክርስቲያን አሳነጸ። እግዚአብሔር በሽታውን ያስወግድለት ዘንድ ከከተማው አደባባዮች እንዲያስወግድለት ቤተ ክርስቲያንህ በታነጸበት ተላላፊ የሆነ የቸነፈር ወረርሽኝ እንዳይመጣበት በሀገሩም የውሃ እጥረት ድርቅ እንዳይገባ ቃል ኪዳን ገብቶለታልና ስለ ሃይማኖቱ ፅናት በንጉሣችን በዘርአ ያዕቆብ በእምነቱ ፅናት በሽታው ከከተማው ተወገደ። የተመኘውም ተፈጸመለት። መላውን

110 የገልባጩ ስህተት መሆን አለበት ምክንያቱም ሁለተኛ ጸሐፊ ፰ ስድሳ ቀን ፈጀ ይላልና።

111 ንጉሡ በእግዚአብሔር የተላከ በመሆኑ እርሱን መቃወም የቀባውን እግዚአብሔርንና ክርስቶስን (መሢህ) እንደመቃወም ይቆጠር ነበረ።

ልጆቹንና ንግሥቲቶቹን እንዲህ ብሎ አዘዛቸው። የሚያምኑም ሆነ የማያምኑ ሰዎች ሁሉ በዚያ በቂርቆስ ቤተ ክርስቲያን እንዲያምሉ እንጂ በሌላ ቤተ ክርስቲያን እንዳይምሉ አዘዘ።

ሰንበትና የሌሎች በዓለት ድንጋጌ

[ንጉሡ] ሥርዓትንም ሠራ፣ ሃይማኖትንም አቀና። ቅዳሚትም[112] እንደ እሁድ ሆና እንድትከበር ከእሁድም እንዳታንስ ሐዋርያት በሲኖዶስ መጽሐፋቸው እንደ ወሰኑ፤ እንዲህም ሲሉ እኔ ጴጥሮስና እኔም ጳውሎስ ባሪያዎች ለጌቶቻቸው አምስት ቀን ይገዙላቸው። ሁለቱን ቀን ግን ለእግዚአብሔር ያድርጉ በማለት ተግባር ነፍስ የሚሆናቸውን ፈጣሪያቸውን እግዚአብሔርን ያመስግኑት ዕረፍት ያድርጉ ሲሉ አዘውናል። [ንጉሡ] እንደገናም ጌታችን ኢየሱስ ክርስቶስ የተወለደበትን ፳፱ ቀን በየወሩ እንዲያከብሩም ሲል ሕግ አወጣ። ይህች ዕለት አርዌ በድላይ የወደቀበት ቀን ነች። እንዲሁም የእመቤታችን ቅድስት ድንግል ማርያምንና ፴፫ በዓላት ልክ እንደ እለተ እሁድ ተጠንቅቀው እንዲያከብሩ በጳጳሳትና በሊቀ ጳጳሳት ጹሁፍ ጭምር በየግዛቱ አዘዘ። የሚካኤልም በዓል በየወሩ እንዲከበር ወሰነ። የካህናት ሰማይና የአርባዕቱ እንስሳት፣ የነቢያትና የሐዋርያት በዓላትን ቀን እንዲያከብሩ፤ ምፅዋት በመስጠትና መስዋዕት በማድረግ የተራቡትን በማብላትና በማጠጣት እንዲያከብሩ አዘዘ። በመጻሕፍቱም ውስጥ እንዲጽፉ አደረገ።

የንጉሥ ዘርአ ያዕቆብ ድርሰቶችና ፍጻሜው

112 የቅድሜን ሰንበትነት በመካከለኛው ዘመን አንዱና ዋንኛው ሃይማኖታዊ ክርክር የተነሳበት እንቅስቃሴ ነበረ። የእንቅስቃሴው መሪዎች አባ ኤውስጣጤዎስ ሲሆኑ ሃይማኖታዊ ትምህርታቸውን በሰሜን ኢትዮጵያ በሚገኙ ገዳማት ላይ ከፍተኛ ተፅዕኖ ቢያሳድሩም ከአገራቸው በመሰደድ በግብፅ፣ በእስራኤል /በኢየሩሳሌምና/ በአርማንያ ሲዘዋወሩ ሕይወታቸው አልፎ የእንቅስቃሴአቸውን ፍሬ አላዩም። አብሰዲ የሚባለው ተከታያቸው ወደ ሐማሴን በመመለስ ትምህርቱ በመቀጠል አባ ፊሊጶስ የሚባሉ ተከታይ በማፍራት እንቅስቃሴውን ከመቀጠሉም በላይ አባ ፊሊጶስ በሐማሴን የደብረ ቢዘን ገዳም በ1393 በመመስረት እንቅስቃሴውን ተቋማዊ መልቅ ሰጡት። በዚህም ወቅት አባ ፊሊጶስ በንጉሥ ዳዊትና በአቃቤ ሰዓት ሰርቀ ብርሃን ትዕዛዝ በአራት ዓመት በሐይቅ እስጢፋኖስ ታሰሩ። የቅዳሜት ሰንበትነት እንቅስቃሴ ቀስ በቀስ በሰሜን ኢትዮጵያን ገዳማት ተቀባይነት እያገኘ ሲሄድ የፓትርያርኩ ጽ/ቤትና የደብረ ሊባኖስ ገዳም ዋንኛ ተቃወሚ ሆነው የደቡብ ቤተ ክርስቲያንን በመያዛቸው ምክንያት የአጼው ግዛት ለሁለት ሊከፈል ሆነ። ንጉሥ ዘርአ ያዕቆብ ይህን በመረዳት ይመስላል በ1441ዓ.ም. በደብረ ምጥማቅ ጉባኤ በመጥራት ጉደዩ እልባት ለመስጠት ወሰነ። ንጉሡም በደጋፊናና በታቃዋሚ ሰንበት መካከል በሁለቱ የግብፅ ጳጳሳት ፊት ክርክሩ ተደርጎ በመጨረሻም ቅዳሜ ሰንበት በኢትዮጵያ ተወሰነ። በዚህ ጊዜ የፓትርያርኩ ጽ/ቤት በኩል ባለሁለት ገጽ አዋጅ ወጥቶ ተግባራዊ እንዲሆን ትዕዛዝ ተሰጠ። በተጨማሪም ንጉሡ የክርስቶስን ልደት ታህሳስ 29 ቀንና የሚካኤል በዓላት ለአህመድ በድላይ ሽንፈት ማስታወሻነት እንዲሆኑ በየወሩ እንዲከበሩ በአዋጅ ደነገገ።

የጻፏቸው መጻሕፍትም የሚከተሉት ናቸው፤ ጦማረ ትስብዕት፣ መጽሐፈ ብርሃን፣ መጽሐፈ ሚለድ[113]፣ ክህደተ ሰይጣን፣ መጽሐፈ ባሕርይ፣ ተአቅቦ ምስጢር፣ እግዚአብሔር ነግሠ፣ እነዚህን ሰባቱን መጻሕፍት እየጻፈና እያዘጋጀ እየደነገገ በደብረ ብርሃን ለአሥራ ሁለት ዓመት ወዲያና ወዲህ ሳይዘዋወር ኖረ። ሁለቱን ዓመት ግን ወደ ምድር ፈረገ እየሄደና ወደ ደብረ ብርሃን ወደ ደብረ ነጐድጓድና ወደ ደብረ ምጥማቅ ወደ ሌሎችም ቦታዎች ለደብረ ብርሃን ቅርብ ወደ ነበሩት ሁሉ በፍጥነት ይመላለስባቸው ነበር። እንደዚህም እያደረገ በደብረ ብርሃን አሥራ አራት ዓመታት[114] ኖረ።

ከዚያ በኋላ ዕረፍቱ ሆነ ምሕረቱና ቸርነቱ የብዙ ብዙ የሆነ እውነተኛ አምላክ እግዚአብሔር ንጉሣችንን ዘርአ ያዕቆብን መንግሥተ ሰማያትን ያውርሰው። የፀሐይና የጨረቃ ብርሃን ሊያበሩለት የማትሻውን ኢየሩሳሌም ሰማያዊትን አገሩ አድርጐ በተድላና በደስታ እንዲገባባት ያድርግለት፤ ከነቢያትና ከሐዋርያት ደቀ መዛሙርቱና ከመላው ጻድቃን ከመላው ሰማዕታት ጋር ያሳትፈው። ልጁ የሆነውን ልብነ ድንግልንም ይጠብቀው። በመንግሥቱ ሕያው አድርጐ እስከ በመለኮታዊ ስልጣኑ በሕያዋንና በሙታን ሊፈርድባቸው ከሰማየ ሰማያት እስኪመጣ ድረስ ጠላቶቹንም ሁሉ ከምድረ ገጽ ያጥፉለት። በእግዝእትነ ድንግል ንሕጽት ማርያም እናቱ ልመናና ጸሎት ሲል ዘወትርም የደስታና የሐሴት ቃል በየዕለቱ በየሰዓቱ ፈጣሪ ያናግረው። አሜን። ሰው ሁሉ ይበል ስለ ጌታችን ስለኢየሱስ ስለቅድስናው ሥጋውና ክቡር ደሙ ይሁን ይፈጸም። ይበል። ይበል።

---

113 መጽሐፈ ምዕላድ የሚባለው ነው።

114 ደብረ ብርሃን ከተሰየመች በኃላ ንጉሡ በከተማዋ 16 ዓመት ኖሩዋል። በዚህ ስፍራ ከ1441 ጀምሮ መኖር መጀመሩን መረጃዎች ያሳያሉ።

የንጉሥ ዘርአ ያዕቆብ

ታሪክ

የሁለተኛው ታሪክ ጸሐፊ ድርሰት

የንጉሥ ዘርአ ያቆዕብ መንግሥት ታሪክ

መግቢያ

ንጉሣችን ዘርአ ያዕቆብ በነገሡ ጊዜ በአደረገው የጽድቅና የሃይማኖት ሕግና ሥርዓት የተነሣ በመላው ኢትዮጵያ ሰላምና ጸጥታ ተስፋፋ። ይህም ንጉሥ እውነትንና ሃይማኖትን ለሕዝቡ አስተማረ። ከዚህም የተነሣ በሥነ ምግባሩና በሃይማኖቱ በማስተማሩ የነቢያትና የሐዋርያት ትምህርት ተመለሰ። በትምህርቱና በሥነ ሥርዓቱ የኢትዮጵያ ክርስቲያን ሕዝብ ሁሉ የሃይማኖት ሥርዓታቸውን ረስተው ሰንበታትንና በዓላትን ሁሉ ማክበር ትተው ነበር። እኔም እራሴ በጊዜው ደርሼ በዓይኖቼ ተመልክቼዋለሁ። ከልጅነቴ ጀምሮ ቀዳሚት ሰንበትን ሽረው ሥራቸውን ሁሉ ሲሠሩባት ውለው ከዘጠኝ ሰዓት በኋላ ደወል በተደወለ ጊዜ ሥራቸውን አቁመው ከአሁን ጀምሮ ሰንበት [እሁድ] ገብታለች ብለው ሥራቸውን ሲያቆሙ ተመልክቻለሁ። ሌሎችንም በዓላት እንዲሁ አያከብሩም ነበር።

የሃይማኖት ድንጋጌዎች

በቤተ መቅደስ አንድ ታቦት[115] ብቻ እንዳይቀመጥ ሁለትና ከዚያ በላይ እንጂ፤ እነዚህም ታቦታት በየብቻቸው እንዳይቀመጡ በአንድ መንበር

115 በብሉይ ኪዳን ታቦት የአሥርቱ ትዕዛዝ የተጻፈበት የጽላት ማስቀመጫ ነበረ። በአዲስ ኪዳን ዘመን ታቦት ሆነ ጽላት አንድ እንደሆነ ቤተ ክርስትያን ታስተምራለች። መጽሐፈ ቅዳሴ በአዲስ ኪዳን ዘመን በታቦቱ/ጽላት ላይ የሚጻፈው አልፋ ወቤጣ ውጣ የሚል ቃልና ታቦቱ የተሰየመለት መልአክ፣ ጻድቅ ወይም ሰማዕት ስም፤ ስዕለ የፍቅሩ ወልዳ እና ሥላሴ ተቀርጸው ይሠራሉ። ታቦት ከእንጨት ወይም ከድንጋይ ሊሠራ ሲችል ወደ አገልግሎት የሚገባው የፓትራይርኩ ቡራኬ/ሲፈቀድ/ ብቻ ነው። ታቦት ብዙ ጊዜ በቤተ ክርስቲያን አልፎ አልፎ በግል ሊዘጋጅ ይችላል። ታቦት በደረት ወይም በራስ ላይ ሆነ በሰሞነኛ ቄስ በንግሥ፣ ለከፍተኛ የአካባቢና የሀገር ጉዳዮች ከቤተ ክርስትያኑ ወደ ሌላ ቦታ ሊንቀሳቀስ

እንጂ፤ ሁለቱ ብቻ ሳይሆኑ በመካከላቸው የእመቤታችን የቅድስት ድንግል ማርያም ታቦት እንዲቀመጥ፣ ጸሎት ሃይማኖት፣ አርባዕቱ ወንጌል፣ መጽሐፈ ኦሪትና ስድስቱ ቃላተ ወንጌል ያለባቸው መጻሕፍት [እንዲቀመጡ ደነገገ]። አንድ አምላክና ሦስት ገጻት ወልድ [ቅድመ ዓለም ከአብ] ያለእናት መውለዱን፤ [ድኅረ ዓለም] ከማርያም ያለ አባት መውለዱን ይህንና የመሰለውን አስተማረ።

ከላይ የተገለጹትን የወንጌል ትምህርት ወንድ ሴት ሳይል መላው የክርስቲያን ወገን የሆኑ ሁሉ እንዲማሩና ይህንንም ትምህርት በየዕለተ ሰንበታቱና በየበዓላቱ ጉባዔ አቋቁመው ካህናቱና መምህራኑ እንዲያስተምሯቸው አዘዘ። ይህን ትእዛዝ ተቀብለው በየአድባራቱ ተግባራዊ የማያደርጉ ካህናትና መምህራን ቢኖሩ በየአገሩ ያሉት ሹማምንት ቤታቸውን እንዲበረብሩና ሀብታቸውን እንዲሰበስቡ እንዲደረግ ሲል ትእዛዝ ሰጠ። ትእዛዙንም ለየአገሩ ሹማምንት አስተላለፉ።

ሥርዓተ ቍርሐት በአክሱም

የሥርዓተ ቍርሐትና የቤተ ክርስቲያን ነገር፤ ንጉሣችን ዘርአ ያዕቆብ ከነገሠ በኋላ ሥርዓተ ቍርሐት ለመፈፀም ወደ አክሱም ተጓዘ። ወደ ቦታዋም ደረሶ ወደ ውስጧም ገብቶ ሥርዓቷን አሳምሮ አደሰ። እርሱም እንደ ቀደሙት አባቶቹ ነገሥታት ከድሮ ጀምሮ ከተሠሩት ባለወንች ጋር በመካከላቸው ተቀምጦ ሥርዓተ ቍርሐት ፈጸመ። ከዚያ በኋላ በታላቅ ደስታ የመልስ ጉዞ፤ አደረገ።

የደብረ ነጐድጓድ ቤተ ክርስትያን አመሠራረት

ለሁለተኛው ጊዜ ምድረ ፀሐይ ወደ ተባለች ቦታ ደረሰ። የአማረች ምድር ባገኝ ጊዜ ቤተ ክርስቲያን ማሳነጽ ጀመረ። በጣም የአማረች አደረጋት። ከምድረ ጽዮን የነበረውን የአባቱን ዳዊትን አስከሬን ሲያስመጣ የሙዋዓል ሰዎች አንሰጥም በማለት ተከራከሩ። እነዚህም አረ ረዳኢ፣ ገብሩና ምጡስ የተባሉት ጻሰርጌዎች የንጉሡ መልዕክተኛ ቃለ ሐዴም ሆነ ወይም ጳጳሳት ቢመጡባችሁም የአጼ ዳዊትን አስከሬን አትስጡ ብለው ሕዝቡን መከሯቸው።

ስለዚህ ንጉሡ በዚያች ሀገር ሰዎች ላይ በጣም ተቆጣ። አደል ግን የሚባሉትን ጨዋ ሠራዊት ላከ። የተላኩትም ወታደሮች እንቢ ብለው የንጉሡን ቃል ያልተቀበሉትን የሀገሪቱን ሰዎች ሁሉ ከእነሚስቶቻቸውና ከእነልጆቻቸው ማርከው ወደ ንጉሡ አመጡአቸው። በንጉሡ አደባባይም

ይችላል።

አቆሟቸው። እነርሱም በተጠየቁ ጊዜ የንጉሥ ዳዊትን አስከሬን እንዳትሰጡ ያሉን ጳሠርጌ የተባሉት ሦስት ሰዎች ናቸው። በእነርሱ ምክር የተሳሳቱ መሆናቸውን ለንጉሡ ነገሩ።

ከዚያ በኋላ እነዚያን ሦስት ጳሠርጌዎች አስመጧቸውና ንጉሣችን ዘርአ ያዕቆብ እንዲህ ሲል ወቀሳቸው፤ አስቀድሜ የአባቴ የንጉሥ ዳዊትን አስከሬን አውጥቶ ወደ እዚህ ለማስመጣት ማሰቤን አስቀድሜ ነገርኋችሁ። ከእናንተ ጋር መከርኩ እናንተም ተስማምታችሁ። ፈቃድዋ ከሆነ መልካም ነው ይሁን አላችሁኝ። መልሳችሁም ንጉሡ ቢያዝም የንጉሥ ዳዊትን አጽም አትስጡ ያላችሁት በምን ምክንያት ነው ብለው ወቀሷቸው። በዚህ ምክንያት ከባድ ፍርድ በመስጠት ከሹመታቸውም ሽረው ከጉልታቸውም ነቀሏቸው። ትውልዳቸውም ወደ ጳሠሰርጌነት ሆነ ወደ ድብትርና እንዳይገባ ጽሑፍ ጻፉ። የሀገሪቱን ሰዎች ግን ይቅርታ አደረጉላቸው። ከዚያም ወደ የሀገራቸው ተመለሱ። የንጉሥ ዳዊትንም አስከሬን አስመጥቶ በዚያች በአነጻት በደብረ ነጐድጓድ ቤተ ክርስቲያን ውስጥ አስቀመጠው። ለዚህም ነገር ምስክር ጽራግ-ማሰሬ ዮሐንስ ነው። እርሱም በቤተ መንግሥት ውስጥ አለ፤ እርሱ ሁሉንም ነገር ያውቀዋልና።

የንጉሡ እናት የሆነችው ንግሥት እግዚእ ክብራም በምድረ መልዛ መሬት ገዝታ ቤተ ክርስቲያን ለማሳነጽ[116] ጀመረች። በዚህ ጊዜ ንጉሣችን የአስጀመረችውን የቤተ ክርስቲያን ሕንጻ እንድትተው ለመናት። ጥበብ በተሞላ ዘዴም እንዲህ አላት በዕለተ እረፍቱና በዕለተ እረፍቷ ወቅት እንዳይለያዩ በማለት ሌላ ቤተ ክርስቲያን እንዳትሠራ [ለመናት]። በዚህ ንግግር ምክንያት የተጀመረውን ሕንጻ አፍርሶ ወደ ደብረ ነጐድጓድ ቤተ ክርስቲያን እንዲደረብ አደረገ። እርሷም ወደደችለት ንጉሣችን ዘርአ ያዕቆብ እንደዚህ ጥበብ አደረገ። በመጀመሪያ የአባቱን አስከሬን ዳግመኛም የእናቱን አስከሬን በደብረ ነጐድጓድ በሠራው ቤተ ክርስቲያን እንዲያርፍ አደረገ። በመጨረሻ የእርሱም አስከሬን ከእነርሱ ጋር እንዲቀመጥ ለማድረግ አስቦ ነበር።

በዚህ ምክንያት ያችን ቤተ ክርስቲያን እጅግ አድርጎ ወደዳት። አከበራት። ሰፊ መሬትም ለእዚች ደብረ ነጐድጓድ ብሎ ለሰየማት ደብር ሰጣት። ለካህናቶቿ መተዳደሪያ ይሆን ዘንድ ለእመቤታችን ለቅድስት ድንግል ማርያም በዓል መደገሻ እንዲሆን ለእርሱም መታሰቢያ እንዲሁም ለንጉሡ ለአባቱ ለንግሥት ለእናቱ ተዝካር ማዘከሪያ እንዲሆን ሰፊ መሬት ሰጠ። እንደዚህ አድርጎ መተዳደሪያ የሚሆን ሥርዓቷንና ሕጓንም አዘጋጀ። ከእርሷም በኋላ ሌላ ቤተ ክርስቲያን ቀድሞ በነገሠባት በምድረ ደጎ ሁለተኛ ቤተ ክርስቲያን አሳነጸ ስሟንም መካነ ማርያም አላት። ሥራዋንና ሥርዓቷንም

116 በመካከለኛው ዘመን ንግሥቲቶች ለመታወስ ሲሉ በራሳቸው ስም ቤተ ክርስትያን ይሠሩ ነበረ።

አሳመረላትና ለዣን ኃይላ[117] ለልጅነት ሚስቱ የግራ በአልቲሐት ለተባለችው ርስት አድርጎ ሰጣት።

አህመድ በድላይን (ገራድ) በተመለከተ

ከዚያም ወደ ምድረ ተጕለት አለፈ። በዚያም ቤተ መቅደስ አንጾ ደብረ ምጥማቅ ብሎ ሰየማት። በዚያም ስፍራ እያለ አርዌ በድላይ መጣ የሚል መልዕክት መጣለት። የምኅላ ጸሎት እንዲይዙም ለመላው አብያተ ክርስትያናት አዘዘ። እርሱም ከትንሽ ጦር ጋር በኃይለ እግዚአብሔር ተማምኖ በእመቤታችን ቅድስት ማርያም እርዳታ [ተደግፎ] በፍጥነት ተነስቶ አርዌ በድላይ ወደ አለበት ምድረ ደዋሮ ሄደ። እርሱም በክርስቶስ ኢየሱስ ልደት ዕለት ታኅሳስ ፳፱ ከእርሱ [አህመድ] በድላይ ጋር ተዋግቶ እግዚአብሔር ኃይሉን በታአምራት አፍርሶ አርዌ በድላይን በንጉሥ ዘርአ ያዕቆብ እጅ ጣለለት። እርሱም ፈጥኖ ለአዳነው ለእግዚአብሔር ምስጋናን ሰጠ።

ንጉሡም የእርሱንና [የአህመድ በድላይን] የሚስቱን የክብር ልብስና ወርቅ ለደብረ ነጐድጓድና ለየአድባራቱ ላከ። ከተቆራረጠ ሰውነቱ ራሱን በታላቅ የገበያ ቀን ሁሉም ሰው እንዲያየው እግዚአብሔርንም እንዲያመሰግን ወደ የገበያው ተላከ። በዚህ ምክንያት በሁሉም ሥፍራ ታላቅ ደስታ ሆነ፡ ንጉሣችን ዘርአ ያዕቆብ በደስታ ከዚያ [ዘመቻ] ሲመለስ ካህናቱና መዘምራኑ ከየአድባራቱና ከየገዳማቱ ተሰበሰቡ። በማኅሌት ተቀበሉት። የደብረ ሊባኖስ መነኮሳትም ከመምህራቸው ከአባ እንድሪያስ ጋር አብረው በመምጣት በማኅሌትና በደስታ ተቀበሉት። አባ እንድሪያስ የተባሉት መምህር ንጉሡ ድል አድርጎ እንዲመጣ አስቀድመው ትንቢት ተናግረዋል። ንጉሡም ለገዳሙ ለደብረ ሊባኖስ ቤተ ክርስቲያን ፻፶ ወቄት ወርቅ፣ ፴ ግምጃ በወርቅ የተንቆጠቆጠ፣ ፯ የሐር ካበ፣ ፯ የወርቅ መነሳንስ፣ ብዙ ገንዘብና ፻ሺ ፍሪዳዎችን ሰጠ። ከገዳሙ መናንያንም ጋር ቃል ኪዳን ገባ። በማኅበሩ መካከልም ተቀመጠ። በ፳፱ በየወሩ የጌታችን የመድኃኒታችን የኢየሱስ ክርስቶስን በዓል እንዲደገስበት ድል የተገኘባት ቀን ናትና ሲል ለማኅበሩም ፯ መስፈሪያ ከተባለው ምድር ከእህል ቤት እንዲሰፈርላቸው አደረገ። ይኸም ሥርዓት እስከ ዛሬ ድረስ ጸንቶ አለ። የገዳሟንም ስም ደብረ ሊባኖስ ብሎ ሰየማት ከዚያ በፊት ግን ደብረ አስቦ እያሉ ይጠሯት ነበረ። ከዚህ በኋላ ብዙ ገንዘብ ለገዳሟ ሰጠ። ይህችን ገዳም ወደዳት በጣም አከበራት ከፍ ከፍም አደረጋት።

117 ጽዮን ሞገሳ የንጉሡ የልጅነት ሚስቱ ስትሆን አንዱ የማዕረግ ስሟ ዣን ኃይላ ነበረ።

ጥልቅ የንጉሥ ዘርአ ያዕቆብ የልደት ከተማ

ወደ ቀዳሚ ነገራችን እንመለስ፤ ንጉሣችን ከደዋሮ ምድር በተመለሰ ጊዜ አባቱ ቀድሞ ወደ ነበረበትና እርሱም ወደ ተወለደበት ምድር የለበሸ ወደ ሚባለው ምድር ደረሰ። በዚያች ምድር ጥሩ ቤተ ክርስቲያን አሳነጸ። ስሟንም መርጡለ ሚካኤል አላት። በዚች ጥልቅ በምትባለው ምድር ማዶ ሌላ ቤተክርስቲያን አሳነጾ ስሟንም አፀደ ሚካኤል አላት። ሁለቱንም ደብተሮች በአንድ አለቃ እንዲተዳደሩ አደረገ የካህናቱን መተዳደሪያ ርስትም ሠጠ።

እነዚህን ሁለቱን አብያተ ክርስቲያናት በሠራ በኋላም በጣም የምታምር ቤተ ክርስቲያን በምድረ እንዘርደ ውስጥ አሠራ። ስሟንም ደብረ ስኂን አላት። እንደገናም ከዚያ ተመልሶ ወደ ሌላ ምድር ደረሰ። በዚያም ለጥቂት ጊዜ ተቀመጠ። ከዚያ ተነስቶ ምድረ ኢባ ወደ ተባለ ሥፍራ ደረሰ። በዚያችም ተቀመጠ ቦታዋንም ወደዳት። ጌታችን ኢየሱስ ክርስቶስም ተአምራት ማሳየት ጀመረ። በዚያ ቦታ ብርሃን ወረደ ለሰዎች ሁሉ ተገለጸ። ለየቦታቸው እስኪታይ ድረስ ይህም በክቡር የመስቀል በዓል ቀን ነው። ደቂቀ እስጢፋ የተባሉት ለእግዝእትነ ማርያም ለስዕልና ለዕፀ መስቀል አንሰግድም በማለታቸው ምክንያት በሞት አስቃጣቸው። በኋላ ብርሃን ስለ ወረደ ያቺን ቤተ ክርስቲያን ደብረ ብርሃን አላት። ሕንጻዋንም አሳምሮ በስድሳ ቀናት አስፈጸማት። ሥራውን እንዲያፋጥኑ መላውን አቄት ዣር የተባሉትን ሁሉ እንደዚሁም ለቤተ ክርስቲያኑ ለክዳን የሚሆነውን [እንጨት] እንዲያመጡ የግድም፣ የገኝ፣ የኢፋትና የፈጠጋር ሰዎችን ሁሉ መላውን የሸዋ ሹማምንት ሁሉ አብረው ሥራውን እንዲያፋጥኑ ትእዛዝ በሰጠ ጊዜ የቤተ ክርስቲያኑ ሥራ በስድሳ ቀናት ተፈጸመ። ንጉሡም መኖሪያውን በደብረ ብርሃን አጸና። ሥርዓተ መንግሥቱንም እንደ ገና አጠናከረ። ቤተ መንግሥት እንዲሠሩ አጥሩንም እንዲያጠናክሩ አዘዘ። ከእርሱ አስቀድመው የነበሩት [ነገሥታት] እንደ እርሱ ሥርዓት አልሠሩም። በዚያም ብዙ ሥርዓትን ሠራ።

አስከፊው ቸነፈር

የቸነፈር ወረርሽኝ የፈጃቸውን የአገሩን ሰዎች ሁሉ በትር በመያዝና ጅራፍ በማጮህ ጸሎት የተጸለየበትን ጸበል እየረጨ ተሰብስቦ እንዲቀበር ትእዛዝ ሰጠ። ስማቸውንም ማኅበረ ወንጌል አላቸው። በትራቸውንም የሙሴ በትር አለው። ይህን ትእዛዝ ባይፈጽሙና የሙታኑን አስከሬን ባይቀብሩ በየአገራቸው ያሉት ሹማምንት ቤታቸውን ይበርብሩ ገንዘባቸውንም ይውረሱ ብሎ አዘዘ።

የልዕልቶች ሹመትና አመጽ

ስለ ኢትዮጵያ የሹመት አሰጣጥ የሚናገር ሕግና ሥርዓት፤ ንጉሥ ዘርአ ያዕቆብ የኢትዮጵያ ከፍተኛ ሹመት በወይዛዝርትና በሴት ልጆቹ እጅ ውስጥ አደረገው። ዓምደ ሰይጣን ከተባለው ከዓምደ ጽዮን በስተቀር በመንግሥቱ ብሕት ወደድ አልተሾመም ነበር። እርሱንም ፈጥኖ ሻረውና ቀጥቶ ወደ ግዞት ላከው። በንጉሡ ላይ የአመጽ ሥራ በመሥራቱ የተነሣ በሥውር የሠራውን ነገር ግን እኔ በዓይኔ አይቼ አላወቅሁም። በገሃድ ያደረገው ግን ይህ ሰው ባል ያላትን ሴት ጋር ከአመነዘረ በኋላ ለጻሰርጌ አምኃ ኢየሱስ ዝሙት እንዲፈጽምባት አሳልፎ ሰጣት። በዚህ ሁሉ ጥፋቱ ከባድ የቅጣት ፍርድ ተፈረደበት። አውግዘውም ዓምደ ሰይጣን የሚል ስያሜ ሰጡት። ጻሰርጌ አምኃ ኢየሱስንም እንደ እርሱ ፈረዱበት።

ያን ጊዜም የብሕት ወደድነቱን ሹመት ለሚስቱ ለብርሃን ዘመዳ የቀኙን ብሕት ወደድነት ለእህቷ ለመድኅን ዘመዳ ደግሞ የግራ ብሕት ወደድነቱን ሥልጣን ሰጥቶ ሾማቸው። ሌሎቹንም ልጆቹን በትግሬ ድል ሠምራን፣ በአንጎት ባሕር መንግሣን ገዢ አድርጐ ሾማቸው፣ በቤገምድር ደግሞ ጸበለ ማርያምን፣ በአምሐራ አመተ መሢሕን፣ በግድም ሶፍያን ሾመ። ቴዎድሮስን ደግሞ የዣን ሰበር[118] ራስነት ተሾመ። እነዚህ ልዕልቶች በአስተዳደራቸው ዘመን ቃለ ሐጼን አይታዘዙትም ነበር። እነርሱ እንደ ቃለ-ሐጼ ሁነው ሥልጣኑን ያዙት። እነዚህ ልዕልቶች በሥልጣናቸው የኢትዮጵያን ሀገር ሁሉ በዘበዙት። በእነርሱ ምዝበራ ምክንያት የጸለምቱ አምባ ነሐድና የሰሜኑ ሹም ጸጋይ አመጹ። የሰሜን ባላባቶቹ አምባ ነድና ጸጋይ ብቻ ሳይሆን የከንቲባው ሹም ጭምር ተባብረው አመጹ። እነዚህ ሁሉ ክርስትናቸውን በመተው ወደ ይሁዳ እምነት ተመለሱ። ብዙ ክርስቲያንም ገደሉ። የንጉሡ ሠራዊትም ይህን ሰምተው ሊወጓቸው በመጡ ጊዜ ጠንክረውና በርትተው ተዋግተው አባረሯቸው። በአገራቸው የነበሩትን አብያተ ክርስቲያናትም ሁሉ አቃጠሉ። ይህ ሁሉ የሆነው በእነዚህ ገጸ-ሰይጣን ልዕልቶች በደል ስለ ተፈጸሙባቸውና ገንዘባቸውን ያለአግባብ በመዘረፋቸው፤ ቤቶቻቸውንም በመርበራቸው፤ የአንገታቸውን ማተብ ሳይቀር ከአንገታቸው እያስወለቁ በመውሰዳቸው [በልዕልቶቹ አስተዳደር ላይ] አመጹ። እነርሱን ብቻም አይደለም መላውን የኢትዮጵያን ሕዝብን ጭምር በዘበዙት።

ግርፋትና የሞት ቅጣት

ወይዛዝርቱና ሌሎች ባዕድን ሰዎች እንዴት በሞት እንደተቀጡ- በዚህ ዘመን ተአውቀ ብርሃንና ዘርአ ጽዮን የተባሉ ክፉ ሰዎች ተነሱ። ሰይጣንም

118 የሥራው ክፍል በግልጽ አይታወቅም።

በሕሊናቸው ውስጥ ክፉ ነገርን ሞላባቸው። እነዚህን ወይዛዝርና ሌሎቹንም ሰዎች እኛ ለደስክና ለዲኖ ሰግደናልና ከእኛ ጋር አብረው ሰግደዋል ያሏቸውን ሰዎች ሌላውንም ብዙ ነገር አክለው በማሳበቅ ከንጉሡ ጋር አጣላቸው። ሌሎቹን ነገሮች ግን የሚያውቋቸው ንጉሡ ብቻ ነው። ለጣዖት ሰግደናል ብለው ከተናገሩት በስተቀር ሌላው ነገር አልተገለጸምና። በዚህ ምክንያት ከባድ የሆነ የግርፋት ፍርድ በእነዚያ ወይዛዝርትና በሌሎቹም ተወንጃዮች ላይ ተፈረደባቸው። ከተፈረደባቸው የንጉሡ ልጆች መካከልም ወንዶቹ ቴዎድሮስ፣ ገላውዴዎስ፣ ዓምደ ጽዮን፣ ዘርአ አብርሃም ሌሎችም ስማቸውን የማላውቃቸው አሉ። ሴቶቹ ልጆቻቸውም ደግሞ አጽናፍ ሰምራ፣ ድል ሠምራ፣ ሌሎቹ እህቶቻቸውንም የግርፋት ፍርድ ፈርደውባቸዋል። በዚህ ጊዜ ንጉሡ ብዙ ሰዎችን ሰብስቦ የልጆቹን ግርፋታቸውንና ከባድ ቅጣቸውን አሳያቸው። እንዲህ ሲል በልጆቻችን ያደረግነውን ቅጣት ተመልከቱ አልራራልናቸውም። በአጠፏና እግዚአብሔርን በካዱ ጊዜ ለእግዚአብሔር በመቅናት ነው እንደዚህ አድርገን የቀጣናቸው። አሁንም ይህ ቅጣት የሚበቃቸው እንደሆነ ወይም ሌላ ቅጣት ስለእግዚአብሔር ተብሎ ይጨመርባቸው እንደሆነ በሉ ተናገሩ አሏቸው። በዚያ የተሰበሰቡትም ሕዝብ ሁሉ ይህን ሰምተው በጣም አለቀሱ። ከዚህ የከፋ ምን ቅጣት ይጨመርባቸዋል እነሆ ለሞት ደርሰዋልና ጌታችን ንጉሥ ሆይ ብለው ተናገሩ። በዚህ ግርፋት ከዚያው የሞቱ አሉ። ወደ ቦታቸው ከደረሱ በኋላም የሞቱ አሉ። እነዚህ የንጉሡ ልጆችም ሆኑ ብዙዎቹ ስማቸውን ያላወቅናቸው የኢትዮጵያ ሕዝብ ሌሎችም ስማቸው የማይታወቅ መኳንንትና መሳፍንት መነኰሳት ደሃዎችና ባለጸጋዎች በእነዚህ የሰይጣን ልጆች ዘርአ ጽዮን ተአውቀ ብርሃንና ገብረ ክርስቶስ በተባሉት ሐሰተኞች ምስክርነት ተገድለዋል።

በኋላ ግን እነርሱም ተይዘው እንደ ሥራቸው ፈረዱባቸው። ዘርአ ጽዮን በተጋዘበት ቦታ አባ እንድርያስ የደብረ ሊባኖስ መነኩሴ በእሳት ፍላጻ ሲወጉኝ ተመለከትኩ እያለ እየቃዥ ሞተ። እርሱ [ዘርአ ጽዮን] አባ እንድርያስን መጀመሪያ ለንጉሡ [በሐሰት] ወንጅሎ እስከ እስራት አድርሶት በእስር ላይ እንዳለ ሞተ። ገብረ ክርስቶስንም ንጉሥ ዘርአ ያዕቆብ ከሞተ በኋላ ልጁ ንጉሥ በእደ ማርያም አስቀጥቅጦ አስገደለው። ተአውቀ ብርሃንም በተጋዘበት ቦታ ሞተ።

አሃዳዊ አስተዳደር

ቀደም ሲል ለሴቶቹ ልጆች ሁሉ ሰጥቶት የነበረውን የኢትዮጵያን የግዛት ሹመት [እንደገና በማዋቀር] በየሀገሩ ሁሉ አድግሽነት የሚባል ሹመት ሾመ። ራቅ ማሰሬና ሄገኖ በማለት በየሀገሩ ሹመት ሰጠ። የቤት ክህነቱንም ሹመት ምንም ሳያስቀር እንዲሁ በእጁ ውስጥ አስገባ። ለጳሕፈ

ላም ይሰጥ የነበረ የሸዋውን ግብር፣ ለጨዋ ሠራዊት፣ ለበዓለ ዳሞ፣ ለበዓለ ዲሆ፣ ለዣን ሻንቃና ለበደል[119] ደጋን ይሰጥ የነበረውን [ቀለብ] ሁሉ ወደ ደብረ ሊባኖስ ገዳም እንዲገባ አዘዘ። ሌላውንም የኢትዮጵያ ግብር ለራሱ ለንጉሡ ለዘርአ ያዕቆብ አዘዘ። ግብር ለማብላትም እርሱ ለፈቀደው ሁሉ እንዲሆን አደረገ።

ስርዓተ ስግደት

እንደገናም ንጉሣችን እንዲህ ሲል አዘዘ፤ ሁላችሁም የክርስቲያን ወገን የሆናችሁ ሁሉ የእግዚአብሔርን ስም በምትጠሩበት ጊዜ በመጀመሪያ በገናና መንግሥቱ ፊት እሰግዳለሁ በሉ። ከዚያ በኋላ የእግዚአብሔርን ስም ጥሩ ሁለተኛም የእመቤታችን የቅድስት ድንግል ማርያምን ስም በምትጠሩ ጊዜ ለድንግልናዋ ስግደት ይገባል በሉ፤ ከዚያ በኋላ ስሟን ጥሩ። ሦስተኛ የእኛን ቃል በጠራችሁ ጊዜ በፊታችን ዘወትር ስትቆሙ ለአብ ለወልድ ለመንፈስ ቅዱስ እንሰግዳለን ንጉሥ ዘርአ ያዕቆብን ስለ አነገሠልን በሉ። ይህን ሁሉ ሥርዓት አስተምሮና አቃቁሞ አዳዲስ መጻሕፍትንም አጽፎ ከፈፀመ በኋላ ንጉሣችን ዘርአ ያዕቆብ በነገሠ በሰላሳ አምስት[120] ዓመቱ በደብረ ብርሃን ከተማው በሰላም አረፈ። ምሁርና ከተማሩ ሰዎች ወገን የሆነ ሥርወ መንግሥቱ ከነገደ ይሁዳ የሆነ የእስራኤል ዘር የሆነውን የንጉሣችንን ዜና [ታሪክ] በዚህ እደመድማለሁ። እግዚአብሔር እርሱን ልቡናው በወደደውና በፈቀደው በኢየሩሳሌም ሰማያዊት ያኑረው። ያሳድረው። የእርሱ ልጅ የሆነውን የልብነ ድንግልንም ዘመነ መንግሥቱን ያርዝምለት። ከቁጥርም አያጉድልበት ሰማይና ምድር እስኪያልፉ ድረስ ከዘሩ አይውጣበት። አሜን።

ይህን ንጉሣችንን ዘርአ ያዕቆብን ጌታችን መድኃኒታችን ኢየሱስ ክርስቶስ የሰማያዊት ኢየሩሳሌም መቅደስን ለእርሱ ያካፍለው። ከእርሱም ጋር ወቀሳና ከሰሳ ሳያደርግና ሳይመረምር ክብርና ምስጋና ሰጥቶ ያውርሰው። አሜን። የእርሱ ልጅ ለሆነው ለልብነ ድንግልም ወንጀለኞችን ሁሉ ለመደምሰስ ኃይል ይስጠው። መንግሥቱንም ይባርክለት። ሥጋውንና ነፍሱን ከመቸገር ይጠብቀው። ለዘለዓለሙ፤ አሜን።

119 በድል

120 ይህኛው ጸሐፊ በሚታውቀው 34 ዓመት የንግሥና ዘመን ላይ አንድ ዓመት ይጨምራል።

የንጉሥ በእደ ማርያም

ታሪክ

(1460-1470)

የመጀመሪያው ታሪክ ጸሐፊ ድርሰት

የንጉሥ በእደ ማርያም ታሪክ

ቤተሰባዊ የሥልጣን ሽኩቻ

ንጉሣችን ዘርአ ያዕቆብ ከአረፈ በኋላ በአባቱ ምትክ ልጁ በእደ ማርያም ነገሠ። ከመንገሡ አስቀድሞ ከአባቱ ዘንድ በእርሱና በእናቱ ላይ ብዙ መከራ ደርሷል። ቅጣቱም የደረሰባቸው እኔ ዘርአ ያዕቆብ በሕይወት በዙፋኔ ላይ እያለሁ ልጅሽን ለማንገሥ ትፈልጊያለሽ፤ በታላላቅ አድባራትና ገዳማት ካሉት ቅዱሳን አባቶች ጋርም ትላላኪያለሽ ሲል ጠየቃት። እርሷም እንደዚህ ስትል መለሰችለት ይህን ከባድ ነገር ማድረግ እንዴት እሞክራለሁ፣ በልቤም አላሰብኩትም፣ በአንደበቴም አልተናገርኩትም። ጌታዬ ሆይ የተንኮለኞችን የሐሰትና የተንኮል ወሬ እውነት መስሎህ አትስማብኝ አለችው።

ከዚህ በኋላ ንጉሡ ተቆጥቶ እንዲገርፏትና ከባድ ድብደባ እንዲያደርጉባት አዘዘ። ከዚህ ግርፋትና ከባድ ቅጣትም የተነሳ ብዙ ቀን ከታመመች በኋላ አረፈች። በድብቅም ስሟ መቅደሰ ማርያም[121] ተብላ በምትጠራ በደብረ ብርሃን አቅራቢያ በምትገኝ ደብር ተቀበረች።

ስሟ ጽዮን ሞገሳ[122] ለምትባለው እናቱ የሙት መታሰቢያዋ ዕለት ልጇ በእደ ማርያም ዕጣንና ጧፍ እናቱ ለተቀበረችበት ቤተ ክርስቲያን ወስዶ ሰጠ። ንጉሡ ዘርአ ያዕቆብ ልጁ በእደ ማርያም ይህን ማደረጉን በሰማ ጊዜ እርሱን አለበት ቦታ ድረስ አስጠርቶ ምን ሰምተህና ምን አውቀህ ነው ለቤተ ክርስቲያን ዕጣንና መብራት ወስደህ የሰጠኸው ብሎ ከመጠን ያለፈ ቁጣ

---

121 መቅደሰ ማርያም ምንአልባት በደብረ ብርሃን አቅራቢያ የእቴጌ ማርያም ቤተ ክርስትያ ልትሆን ትችላለች። ዛሬ አካባቢው ስያሜ እንቢላጤ (እንቢ ለአጼ) ተብሎ ይታወቃል። ለንጉሥ አልታተዝዝም ማለት ነው። የእቴጌ ማርያም ቃል አስረጂዎች ቤተ ክርስትያኒቱ የተሠራቸው በንጉሥ ዘርአ ያዕቆብ ለንግሥቲቱ ቀብር ሥፍራ እንድትሆን ታስባ ነበረ። የቤተ ክተርስትያኗ ሥራም ከደብረ ብርሃን ስያሜ በኃላ በ1446 እና በ1460 መካከል እንደነበረ ከታሪክ ነገሥቱ መረዳት ይቻላል። የእቴጌ ማርያም ቤተ ክርስትያን ከደብረ ብርሃን 15ኪ.ሜ ገደማ ላይ ትገኛለች።

122 ጽዮን ሞገሳ የንጉሡ የዘርአ ያዕቆብ የልጅነት ሚስቱ ስትሆን የማዕረግ ስሟ ዣን ኃይላ ነበረ።

ተቆጥቶ ገሰጸው። ልጁ በእደ ማርያምም እናቴ እንደ ሞተች ሰማሁ ተረዳሁ ስለዚህ ለጸሎተ ፍትሐት የሚሆን ለተዝካሯ ቀን ለመታሰቢያዋ የሚሆን ዕጣንና መብራት ለቤተ ክርስቲያን ሰጥቻለሁ አለው። በዚህ ምክንያት እጆቹንና እግሮቹን እንዲያሥሩት ንጉሥ ዘርአ ያዕቆብ ትዕዛዝ ሰጠ። የእርሱ አሽከር የሆነውንም መሐሪ ክርስቶስን አብረው አሠሩት። ብዙም አሠቃዩት።

በኋላ ግን ነገሩን ሐሰት ሆኖ ባገኘው ጊዜ መሐሪ ክርስቶስን ፈታው። ልጁን በእደ ማርያምንም ይቅር አለው። እርሱ ራሱ በእደ ማርያምም ወደ ቅዱሳኑ የተላካቸው መልእክተኞችም ደስ የሚያሰኝ የደስታ ቃል አመጡለት። እነዚህም ቅዱሳን አባቶች በደብረ ሊባኖስ፣ በደብረ ከሶ ገዳማትና አድባራት የሚኖሩ ናቸው። የእንደገብጣን መምህር የሆኑት አቡቂር አይዞህ አትፍራ አንዳችም ክፉ ነገር አያገኝህም ምንም አያደርስብህም ሲሉ ላኩበት።

የልዑል ብእደ ማርያም ሹመት

ወደ አባቱ ወደ ንጉሥ ዘርአ ያዕቆብም ጌታችን ንጉሥ ሆይ በልጅህ በበእደ ማርያም ላይ ምንም ክፉ ነገር አታስብ፤ ወደ እኛ የመማጸኛ ቃል አቅርቦአልና በአባትህ በአቡነ ተክለ ሃይማኖትም ጸሎት ተማፅኗል ብለው ላኩበት። ንጉሣችን ዘርአ ያዕቆብም የቅዱሳኑን ምክር ሰምቶ ልጁን በእደ ማርያምንም ፈፅሞ ወደደው ደስም አሰኘው። በቤተ መንግሥቱም ሁሉ አዛዥ አድርጐ ሾመው። የዣን ጥራርነቱን ስልጣን የግብር አስገቢነቱንም መብት አዛዥነት ሰጠው። ሌሎቹንም ልጆቹን እርሱን በማንኛውም ነገር እንዳይቀኑበት አማላቸው። እርሱም ከሰዎች መማለጃ ገንዘብ እንዳይቀበል ማለ።

የንግሥና ሹመት አዋጅ

በሕመሙም ጊዜ ንጉሣችን ዘርአ ያዕቆብ ልጁን በእደ ማርያምን ጠርቶ በዓቃቤ ሰዓቱ ፊት በምትሠጠው ፍርድ ሁሉ ጠንቃቃ ሁን፤ እኔ ወደ ወደድኩት ቦታ እልክሃለሁና መልካምና አስተዋይ ሁን ብሎ መከረው። [የዘርአ ያዕቆብ] ዕረፍቱ በሆነም ጊዜ ከዚያ የነበሩትን የንጉሡን ሕጻናት ልጆች አስጠብቀው በእደ ማርያምን በአባቱ ዙፋን ላይ አስቀምጠው አነገሡት፤ መንገሡም በዚያ ዕለት በይፋ ተነገረ። ዕለቱም ዕለተ እሁድ ጳጉሜ ፫ ቀን በዘጠኝ ሰዓት ነበር። መንግሥቱም ጸና። በዚች ዕለት ማታ መነኮሳቱን የደብረ ዳሞውን ንቡረ ዕድ አባ ማቴዎስን አባ ገብረ አልፋን አባ ሙሴን አስጠርቶ ስለራሱና ስለአረፈው አባቱ ጸሎተ ምሕላ እንዲያደርጉ አዘዛቸው። ዕጣንም ሰጡዋቸው ዕጣኑን ተቀብለው ጸሎተ ምሕላውን አደረሱ።

በማግስቱ ሰኞ ንጉሥ በእደ ማርያም ቃሉን በአዋጅ እንዲነግሩ አዘዘ። ከዚህ በፊት የተፈረደባችሁ በእስር ቤት ያላችሁ እስረኞች ሁሉ እንዲሁም

በየቦታው በየሀገሩ በግዞትም ያላችሁ ሁሉ አባቴ ይቅር ብልዋችኋልና እኔም ይቅር ብያችኋላሁ። ስለ እግዝእትነ ማርያም ብለን በደስታና በሐሴት ወደ የቤታችሁ ግቡ የሚል አዋጅ እንዲነግሩ አደረገ። በዣን በለው[123] በዣን አውራሪ[124] እንዲሁም በየሀገሩ ሁሉ የነበሩትን የመንግሥት ፈረሶች ሁሉ እርሱ ወደ አለበት ወደ ቤተ መንግሥቱ እንዲሰበሰቡ አዞ ወደ እጁም እንዲገቡ አደረገ። በዚህም ጥበቡና ምክሩ ሰው ሁሉ አጅግ አድርጎ አደነቀው።

የክልል ሹመት ተሃድሶ

ወዲያው የመረጠውን በየሀገሩ ሁሉ ሾመ። ከእርሱ በፊት የኢትዮጵያ የሹመት ስልጣን ሁሉ በአባቱ እጅ ብቻ ነበርና። እርሱ ግን የኢትዮጵያን የቀኝና የግራውን ብሕት ወደድ ሹመት ሾመበት። እንዲሁም ከዚህ በታች ያሉትን ሹመቶች ሁሉ በየማዕረጋቸው ሾማቸው።

የሸዋውን ጻሕፈ ላም በማለት የአምሐራውንም እንዲሁ ሾመ። በአንጎት በቅዳ በትግሬ እንዲሁ ሹመት ሰጠ። የባሕር ነጋሽነት ሹመትንም እንዲሁ ሾመ። በዳሞትም የጻሕፈ ላም ሹመት ሰጠ። በወጅ ቃጽ፤ በሐድያ ገራድ፣ በገንዝ ገራድ፣ በደዋሮ ራስ፣ በፈጠጋር አስን፣ በኢፋት ወላስማ፣ በግድም አቃንጸንና በገኝ ንጉሥ የሚል ማዕረግ እየሰጠ የራስ ወርቅ እየደፋና ሽፋሽፍት የተባለውን የማዕረግ ልብስ እያለበሰ ሾማቸው። ሊቀ ካህናቱንና ንቡረ ዕዱንም እንዲሁ በየራሳቸው ላይ አክሊል እየጫነ እየሾመ ወደ የሀገራቸው ላካቸው።

የሃይማኖት ተሃድሶ

ንጉሣችን በእደ ማርያም እንደገና በመስከረም ፲ በጼጼንያ ዕለት ጉባኤ አደረገ። ነገር ወዲያና ወዲህ የሚያመላልሱትን አመጸኞች ሁሉ እንዲያመጧቸው አደረገ። እነዚህም በአባቱ በዘርአ ያዕቆብ ዘመነ መንግሥት ደስክ ለሚባለው ጣዖት እንሰግድ ነበር የሚሉ ናቸው። እነዚህንም ሰዎች በተለያዩ ቅጣቶች ቀጣቸው። በበትር የተደበደቡ አሉ፤ በግርፋትም የተቀጡ አሉ። የእነዚህን ከሐዲዎችና የክርስቲያን ጠላቶች ቅጣት የተመለከቱ ሁሉ ደስ አላቸው። እግዚአብሔርንም አመሰገኑ። ያን ጊዜ ንጉሣችን በእደ ማርያም እንዲህ ሲል ትእዛዝ ሰጠ፣ ከአሁን ጀምሮ ሐሰተኞች

123 ዣን በለው የፈረሶችን ደህንነት የሚከባከብና ለአገልግሎት የሚገራና የሚያዘጋጅ የሥራ ክፍል መሪ ነበረ።

124 እንደ 17ኛው ክፍለ ዘመን የፊት-አውራሪን የሥራ ክፍል በተመሳሳይ የንጉሥ ከተማን ቀድሞ በመሄድ ማንኛውንም ሁኔታ የሚቆጣጠርና የሚከታተል የሥራ ክፍል ሳይሆን አይቀርም።

የሆናችሁ ሁሉ እንደዚህ ያለነበር አትበሉ። እግዚአብሔር ኃጢአታችሁን ሁሉ ገልጾባችኋልና። እናንተም ሕዝቦቼና ወገኖቼ የሆናችሁና ሁላችሁም ስንቃችሁንና በቅሎዎቻችሁን አዘጋጁ፤ እግዚአብሐር ወደ አዘዘን ቦታ እንሄዳለን አላቸው። ሠራዊቱም ይህንን ሰምተው አቤቱ ጌታችን ሆይ እነዚህ የክርስቲያን ወገኖችን ያስገደሉትን እነዚህን ክፉ ሰዎች ስለቀጣህልን ደስ ብሎናል፤ እንደዚህ ያለውን ክፉ ነገር ሁሉ እንዳይደግሙ እንደዚህ ማድረግ መልካም ነው። በዚህ ነገር በጣም ደስ ብሎናል። ንጉሣችን ሆይ ስለመንገዱ ግን ሠራዊትህን ራራልን ጊዜው አይደለምና ወራቱ የክረምት ወቅት ነውና የመስቀልን በዓል ከዚህ እናክብር፤ ከዚያ በኋላ ከአንተ ጋር እግዚአብሔር ወደ አዘዘህ አብረን እንጓዛለን አሉት።

ንጉሡም በአባባላቸው ተስማምቶ በጀ አላቸው። የመስቀልን በዓልም በደብረ ብርሃን አከበረ። ከድንኳኑም ውስጥ ወጥቶ ለሁሉም ሰው እየታየ በየአድባራቱ ሁሉ በቤተ ኢየሱስ፣ በቤተ መስቀልና በቤተ ማርያም በመዘዋወር ለሁሉም ህዝብ ታየ። ከዚያም ታቦታቱንም የአሸበረቁ አልባሳትን አለበሷቸው። ንጉሡም ዳግመኛ ከሰቀላው ወደ አደባባዩ ወርዶ ለመስቀል በዓል የአዘጋጀውን ደመራ በታላቅ ግርማ በመዞር አከበረ። በመስቀሉ በዓል የተገኙ ወገኖች ሁሉ ከዚህ በፊት የማያውቁትን አዲስ ነገር በማግኘታቸው የንጉሡን ፊት በማየታቸው ደስ አላቸው። ከዚህ በኋላ ንጉሡ ወደ ቤተመንግሥቱ ገባ በናዝሬት ቤት በቤተ መንግሥት ግምጃ ቤት በበረከት ቤት በገደል ቤት ያለውን የመንግሥት ሀብትና ንብረት ሁሉ በገሰምጌ ሸዋ በዚያ ተጠብቆ እንዲቀመጥ ትእዛዝ ሰጠ።

ንጉሥ በአምሐራ ግዛት

ከዚህ በኋላ ንጉሣችን በእደ ማርያም ከደብረ ብርሃን መስከረም ሃያ ቀን ተነሣቶ ደብረ ምጥማቅ ደረሰ። በዚያም የእመቤታችን የቅድስት ድንግል ማርያምን በዓል በደመቀ ማኅሌት በብዙ ተድላና ደስታ እንዲከበር አደረገ። ከዚያም እንደገና ተጉዞ መካከለኛ ሥፍራ ወደሚሉት ምድረ መንዝሕ መጣ። ከዚያም ተነሥቶ በመጓዝ ምድረ ሰረ ገደል መጣ። በመካከሏም ቆይታ አደረገ። ከዚያም ሰኞ ቀን ተነስቶ ምድረ ግሴ ደረሰ። ያን ጊዜ የአምሐራው ጻሕፈ ላሕም ብዙ መጥን ይዞ ተቀበለው፤ መብሉን መጠጡን በመሸከም በዚያም ቆይታ አደረገ። ከዚያም አደሮ ብዙ መስተንግዶም አቀረቡለት። በማግስቱም ተነስቶ ጌዓ ወደሚባለው ምድር መጣ በዚህም ብዙ የመስተንግዶ ግብር አቀረቡለት ከምድረ ጌዓ ተነስቶ ምድረ የርሕ ደረሰ። ከዚያም ሆኖ በታላቅ ሥርዓት አቀባበል ያደርጉለት ዘንድ ወደ ደብረ ነጎድጓድ ላከ። በዚያ ቀደም ሲል አባቱ ንጉሣችን ዘርአ ያዕቆብ በመደበላቸው መሠረት የክብር ልብሶቻቸውን ለብሰውና አክሊሎቻቸውን ደፍተው የአርዌ በድላይን ጦርና

ጋሻ በመያዝ በፈረሱም ላይ ተቀምጠው ቀድሞ እንደሚቀበሉት አድርገው [በክብር] ተቀበሉት።

በዚህ ሥርዓት ዘወትር በየዓመቱ ታህሳስ ፳፱ ቀን በጌታችን በመድኃኒታችን በኢየሱስ ክርስቶስ በዓለ ልደት ይህን ሥርዓትና ደንብ በመጠበቅ ካህናቱ ከላይ የተዘረዘሩትን ነገሮች ሁሉ አሟልተው አምረውና ተውበው የደብረ ነጐድጓድን ከተማ ይዞራሉ። በዚያ ልማድና ወግ ካህናት ሥነ ሥርዓቱን አሟልተውና በንጉሡ መልእክት መሠረት የሥነ ሥርዓት ዝግጅት በማድረግ እርሱን ለመቀበል በተድላና በደስታ መጡ። ንጉሡም ከመኳንንቱና ከብዙ የጨዋ ሠራዊቱ ጋር አስደናቂ በሆነ ክብርና ሥርዓት ወደ እነርሱ መጣ።

ከዚያ በኋላ ካህናቱን አመሰገናቸው፤ መረቃቸው። ወደ ተከበረችው ቅድስት ደብረ ነጐድጓድ ቤተ ክርስቲያን ገባ። ካህናቱም በቀኝና በግራ በሺ የሚቆጠሩ የፋኖስ መብራቶችንና በሺ የሚቆጠሩ ነጫጭ የሆኑ የጧፍ መብራቶችን[125] በእጆቻቸው በመያዝ አብርተው ተቀበሉት። ኮከቤ የተባለውን መጋረጃ ይዘው ቅጥሯን ዞሩ።

ከዚህ በኋላ የቅዳሴውን ሥነ ሥርዓት ፈጸመ። ንጉሣችን ከቤተ ክርስቲያን ወጥቶ ደብረ ዘይት ወደ ምትባለው ማደሪያው ቦታ ሄደ የሚያድርበትንም ቤት የተለያዩ ቀለማት ባሏቸው ጨርቆች አስጌጣት። ንጉሡም በዚያች ዕለት እንዲታረዱና ለካህናቱ ምግብ እንዲሆኑ አሰቦ ለካህናቱ በድጋሚ ብዙ ፍሪዳዎችን ሰጠ።

ከዚህ በኋላ ካህናቱም ለንጉሡ እጅ መንሻ ገጸ በረከት አስገቡ፤ የተለያዩ ብዙ እንስሳትን የእንጀራና የመጠጥ መጥንን አቀረቡለት። ንጉሡም መጥኑን በማስቀረትና ለወደፊቱ ግብር እንዲሆናቸው ብሎ በማሰብ በጐቹን፣ ላሞቹንና ዶሮዎቹን መለሰላቸው።

የደብረ ሊባኖስ መነኮሳትም ከመጋቢ አባ እንድሪያስና ከሴት ገዳም እመምኔት ጋር በመሆን ትርንጎ፣ ሙዝና ሎሚ የመሳሰሉትን የአትክልት ዓይነቶች ለንጉሡ በብዛት አቀረቡለት። የአባቱን የንጉሥ ዘርአ የያዕቆብን የአርባው ቀን መታሰቢያ ዕለት ከካህናቱ ጋር አብሮ በመቆም ራሱ ዘርአ ያዕቆብ የደረሰውን መዝሙር ከተወደደው የአርያም ዜማ ጋር የደመቀውን ማኅሌት በደስታ በመመልከት በአባቱ ፀሎተ ፍትሐት ደስ አለው። በንጉሡ በዘርአ ያዕቆብ ስምም ለነዳያን ምጽዋት በመመጸወት ፍሪዳዎችን አርዶ እንጀራውን አቅርቦ የተራበውን አብልቶ የአባቱን የአርባ ቀን ቁርባን አደረገ።

125 ይህ ሥርዓት እስከ 16ኛው ክፍለ ዘመን ድረስ ሳይዘልቅ አልቀረም። በ1514 ወደ ኢትዮጵያ የመጣው የፖርቹጋል ጎብኚ ፍራንሲስኮ አልቫሬዝ በዚህ ሥርዓት ወደ ንጉሥ ልብነ ድንግል ቤተ መንግሥት እንደገባ ይተርካል።

አትሮንስ እግዝእትነ ማርያም

ይህን ሁሉ ከአደረገ በኋላ ወደ ከላንቶ ምድር ለመሄድ ስለአሰበ መጀመሪያ ጥቂት መኳንንትን ወደዚያው ላከ። ሥራ ይሠሩ ዘንድ የገዛ አሽከሮቹንም አዘዘ። ወደ እናንተ በምመጣበት ጊዜ ተሰልፋችሁ እንድትቀበሉኝ ብሎ እንዲለብሱና እንዲያጌጡበት ፱ የግምጃ ልብስ ሰጣቸው። ገና አዲስ አማንያን ናቸውና አዋጅም እንዲነግሩ አዘዘ። ይህችን ምድር ከእንግዲህ ከላንቶ ብላችሁ አትጥሯት አትሮንስ እግዝእትነ ማርያም በሏት አለ።

ወዲያውኑ ከደብረ ነጎድጓድ ተነሥቶ እርሱ ከመሄዱና ከመነሣቱ አስቀድሞ ስሟን አትሮንስ እግዝእትነ ማርያም ብሎ ወደ ሰየማት ቦታ ሄደ። ያን ጊዜ እነዚያ ካህናት እንደ አዘዛቸው ልብስ ተክህኖውን ለብሰው አምረውና ተውበው እርሱ የላከላቸውንና የሰጣቸውን የግምጃ ልብስ ለብሰው በሰልፍ ተቀበሉት። ንጉሡም በተመለከታቸው ጊዜ ተደሰተባቸው።

አትሮንስ እግዝእትነ ማርያም ደርሶ ወደ ጫካዎቿ መካከልም ገባ። በጣም ጥቅጥቅ ያለ ደን ነው። ያን ጊዜ ሠራዊቱን ሁሉ ማጭድና ምሳር አምጥተው እንዲመነጥሩት ከወይራ ዛፍም በስተቀር ማንኛውንም ዛፍ እንዳይተው ሁሉንም እንዲቆርጡ አዘዘ።

ከሰው ብዛትም የተነሣ ንጉሡ ሊታይ አልቻለም። የወይራ ዛፍ ሥር ተሠወረ፤ ወዲያውኑ ሠራዊቱም ኮከቤ የተባለውን ክብር መጋረጃ ጋረዱለት። እርሱ ማንኛውንም ሰው ሁሉ ያያል እርሱን ግን ማንም ሰው አያየውም ነበር። ጫካዎቹን መንጥረው ከጨረሱ በኋላ በላይዋ ላይ ያለውን የታጨደውን ሣሩንና ድንጋዩን ሁሉ አንስተው አስወገዱ፤ ውስጡንም አሳምረው ታላቅና ሰፊ የሆነ ሰቀላ ቤት ሠሩ። በሐር አልባሳትም አስጌጡት። ንጉሣችን በእደ ማርያምም የእመቤታችን የቅድስት ድንግል ማርያምን ታቦት በታላቅ ክብርና በብዙ ተድላና ደስታ አስገባ።

ይህችን ምድር መጀመሪያ ንጉሣችን ሰይፈ አርዕድ ቤተ ክርስቲያን ለመሥራት በወርቅ ገዛት። የእግዚአብሔር ፈቃድ ገና አልደረሰምና በዚች ምድር ቤተ ክርስቲያን ሊያንጽ አልቻለም። ሁለተኛም ንጉሣችን ዘርአ ያዕቆብ በደብረ ብርሃን ሳለ በእርሷ ላይ ቤተ ክርስቲያን እንዲተከል ታቦት ላከ። ስሟንም ደብረ ጰራቅሊጦስ ብሎ ሰየማት። ሕንጻዋን ማሳነጽ ግን አልቻለም። ታቦታቱን የሚያስቀምጥበት ትንሽ ቤት ሠራ እንጂ ያሰበውን ሳይፈጽም አረፈ።

የእርሱ ልጅ ንጉሣችን በእደ ማርያም ግን በቦታዋ ተቀመጠ። የሕንጻዋንም ሥራ አፋጠነ። አምዱ የሚሉትን መክብብ[126] አደረገው። በወርቅና በብር ያጌጠ የክብር ካባ አልብሰው የጽጌረዳ አበባ መልክና የወይን

---

126 እስከ ዛሬም የአትሮንስ ማርያም ቤተ ክርስቲያን ገበዝ/አለቃ የማዕረግ ስም ነው።

መልክ ያላቸውን ጐፈሮችንም ሸለመው። በጣም ዋጋው ውድ የሆነ በፊቱ ፲፪ በኋላው ፲፪ ቁልፎች ያሉት የክብር ቀሚስ አለበሰው። ቁልፎቹም ከወርቅና ከብር የተሠሩ ናቸው። ከወርቅና የተሠራ አክሊል ከድባብ የሐር ምንጣፍ የወርቅ ኵስኵስት ሸለመው። ባለመስቀል አለንጋ ይዘውና ፲፪ ሰዎች በፊቱና ፲፪ በኋላው እንዲቆሙ የሐር ፎጣ በላዩ እንዲጋርድለት ኀብረ ውስቴ በሚባለው የክብር ብርሌ[127] እንዲጠጣ አዘዘ። እንደ ገናም ሥጋ የሚበላበት መያዥያው ከብርና ከወርቅ የተሠራ ቢላዋ [እንዲሆንና] ይህን ሁሉ የመሰለ ለመክብቡ ሰጠው።

ለሊቅ ማሰሬውንም የደብሯ መምህር ብሎ ሰየመው። ማኅሌት የሚቆሙትን መዘምራን ብሎ ሰየማቸው። የተመረጡትን ቀዳስያን ቀሳውስት ደግሞ ጤርዜቤጤር[128] ብሎ ሰየማቸው። ለእነዚህ ሁሉ ካህናት ሰፊ የሆነ መተዳደሪያ መሬት ሰጣቸው። የእመቤታችን የቅድስት ድንግል ማርያም በዓላት እንዲሁም የሌሎችም ዓበይት በዓላት በየበዓላቱ ቀን የሚደግስበት መሬት ሰጠ። [ይኸው] የየበዓላቱ ድግስ ሲደገስ እንጀራው፣ ጠጅ በገፍ እንዲቀርብ ፍሪዳዎችና በጐችም እንዲታረዱና ወጡም በገፍ እንዲሠራ ድግሱም የተሟላ እንዲሆን ለማድረግ ነው።

ከዚህም ሁሉ ጋር ለአትሮንስ እግዝእትነ ማርያም ብዙ መሬት ሰጠ። ከልጅነቱ ጀምሮ ከመንገሡ አስቀደሞ ያፈራውንና ከነገሠም በኋላ ያለውን ጥሪቱን ሁሉ ለቤተ ክርስቲያኒቱ ሰጠ። እንደ ገናም ለዚች ቤተ ክርስቲያን የሰጠውን ሀብቱንና ንብረቱን የመጻሕፍቱን ቁጥር ከእርሱ ከንጉሡ በስተቀር ማንም ሰው ሊያውቀው አይችልም።

ሥርዓተ ቍርሐትና ስመ ንግሥና አወጣጥ

ከዚህ በኋላ ንጉሣችን ሰዎች ሁሉ ወደ ሥርዓተ ቍርሐት እንዲመጡ አዘዘ። ያን ጊዜ ካህናቱ ሁሉ ከየቦታቸው መጥተው ተሰባሰቡ። የአክሱም ሰዎችም ከወጐቻቸውና ከሥነ ሥርዓታቸው ጋር ሕጋቸውን ይዘው መጡ። ያን ጊዜም ንጉሣችን በእደ ማርያም ከአትሮንሰ እግዝእትነ ማርያም ወደ ጅጅኖ ሄዶ ሥርዓተ ቍርሐት አደረገ።

እንደ ሥርዓታቸውም ፫ ዕጣ አመጥተው ስመ መንግሥት ለመሰየምም ፩ኛ ገብረ መስቀል፣ ፪ኛ ደዊት፣ ፫ኛ ቈስጠንጢኖስ የሚለውን ስም መርጠው ዕጣ ጣሉ። በዕጣውም ዳዊት የሚለው ስም ወጣና በእደ ማርያምን ዳዊት

127 በመካካለኛው ዘመን የመጠጫና የመብሊያ ዕቃዎች የማዕረግ ልዩነት መኖሩን ያሳያሉ።

128 ፔርዜቤጤር የሚለው presbyteros የግሪክ ቃል ተማኘ መሆን አለበት። የቃሉ ትርጉምም የቤተ ክርስትያን ሊቀካህን/ሊቀ ገበዝ ሊሆን ይችላል።

ብለው ሰየሙት። የልጅነት ሚስቱን ግራ በአልቲሐት ዣን ሰይፉ የቀኝዋን በአልቲሐት ዕሌኒን አድማስ ሞገሳ ብለው ሰየሚቸው።

ሹማምንቱ ሁሉ የክብር አልባሳቸውን ለብሰው ሠራዊቱም እንደየማዕረጋቸው የተለያዩ የክብር አልባሳት ለበሱ። ንጉሡም ሥርዓተ ቊርሐት ወደሚፈጸምበት አዳራሽ በሦስት ሰዓት መጣ። ቀድሞ እንደተለመደው ንጉሡ በጦር እንዲወጋቸው ጐሽና አንበሳ ቀረበለት። ንጉሣችን በእደ ማርያም ግን ይህን ሥርዓት በነገሩት ጊዜ እነዚህን ለመውጋት ፈቃደኛ አልሆነም። ሌሎች ሰዎች ጎሹን እንዲያርዱትና አንበሳውን እንዲለቁት አዘዘ። ልክ አባቱ ዘርአ ያዕቆብ ወደ አክሱም ሄዱ ሥርዓተ ቊርሐት እንደአደረገው እንደእርሱ እንዲሁ አደረገ። ሥርዓተ ቊርሐትም ሌሎች ሰዎችን ሳይጨምር ከባለወገች ጋር ብቻ ፈጸመ።

ከዚህ በኋላ ወደ አትሮንስ እግዝእትነ ማርያም ተመልሶ የጥምቀትን በዓለ በእርሷ ውስጥ አከበረ። በዚያው ቆይታ በማድረግ የእመቤታችን የቅድስት ድንግል ማርያምን የዕረፍት በወርኃ ጥር ከዚያው በድጋሚ አክብሮ ከዚያ በመነሳት በጥር ወር ወደ ደብር ነጎድጓድ የአባቱን የዘርአ ያዕቆብን የመንፈቁን መታሰቢያ ለማድረግ ሄደ። ከዚያም እንደ ገና ወደ አትሮንስ እግዝእትነ ማርያም ተመለሰ።

የንጉሡ በመንዝ ቆይታ

ከዚህ በኋላ ከዚያ ተነስቶ በመጓዝ ንጉሡ መንዝሕ ደረሰ። እንደ ገና ቤተ ክርስቲያን ለማነጽ ፈቅዶ ሌላ ለአማረ ቤተ ክርስቲያን የሚሆን መልካም ቦታ ፈለጎ ንጉሡም እንደ ተመኘውና እንደ አሰበው ለቤተ ክርስቲያን መልካም ቦታ ስለአገኘ ደስ አለው። ወዲያውኑ ጊዜያዊ የሰቀላ ቤት አሠርቶ ከመርሐ ቤቱ[129] ብዙ ታቦታትን አስመጥቶ ወደ አሠራው ቤተ ክርስቲያን አስገባ። የቤተ ክርስቲያኒቱንም ስም ምስሐለ ማርያም ብሎ ሰየማት። የሚያገለግሉ ካህናትንም ሠራላት። ለቤተ ክርስቲያን አገልግሎት የሚውል መሬት ሰጠ።

በዚህ ቦታ እንዳለ ንጉሡ በዙፋን ተቀምጦ በሥርዓተ መንግሥት ደንብ ፍትሕ አያይም ዘወትር ፈረስ መጋለብ ብቻ ነው የሚወደው እያሉ ሰዎች ሁሉ እንደሚያሙት ሰምቶ በዚህ ንጉሣችን ተቆጣ ወዲያውኑም ሠራዊቱንና ሕዝቡ እንዲሰበሰቡ አዘዘ። ተናገሩ የተባሉትን ሰዎችና ሕዝቡን፤ ንጉሡ በአደባባይ ተቀምጦ ፍርድ አይሰጥም ፈረስ መጋለብ ብቻ ነው እንጂ ብላችሁ ለምን አማችሁኝ ብሎ ወቀሰ። ቀድሞ በነበሩት በአባቶቼ ዘመን ፈረስ የመጋለብ ቀስት የመወርወር ሥርዓት እንደዚህ አልነበረምና ነውን

129 የዛሬው መርሐቤቴ ሳይሆን አይቀርም።

እንዲህ የምትሉኝ በማለት አሁንም ቢሆን ይህን ነገር የተናገሩትን ሰዎች አውጥታችሁ ስጡኝ። አውጥታችሁ የማትሰጡኝ ከሆነ ሁላችሁም ሞትን ትሞታላችሁ አላቸው።

ያን ጊዜ ይህን ነገር ተናግረዋል የተባሉትን ብዙ መነኮሳትን የዣን ጠባቂ እና ጌቶችን ያዝዋቸው። ሊቀ መጣኒም ከእነርሱ ጋር ተባባሪ ነበር። ይህን ነገር አላልንም ብለው በካዱ ጊዜ ወደ መድኃኒት [ቤት] ውስጥ እንዲያመጧቸው ንጉሡ አዘዘ። ከዚህ በኋላ የሁሉንም የቋንጃ እግሮቻቸውን ሥሮች ቆርጠው ወደ ደቅ፣ ጉንጽ፣ ጉሸዓሮ፣ ደራና ክርስቶስ ፈጠረ አጋዟቸው። ሊቀ መጣኒውን ግን ወደ ፋንጌ፣ አምባ ሴኔትና ወደ ደብረ ማይ አጋዙት። ከዚህም ነገር የተነሣ በሰው ሁሉ ልቡና ፍርሃት [አደረ] ሰውም ሁሉ ይህ ንጉሥ ከአባቱ የበለጠ ጨካኝ ኃይለኛ ነው እስኪባል ድረስ ሆነ።

ያን ጊዜ እንደዚህ ሲሉ አዋጅ ነገሩ በመላው የኢትዮጵያ ግዛት ያላችሁ ሰዎች ሁላችሁ ከዛሬ ጀምሮ ትዕግስት ይኑራችሁ እርስ በእርሳችሁ ተስማምታችሁ ኑሩ። ወዲያውም ካህናቱንና በፍርድ አደባባይ የነበሩትን መኳንንትና ሠራዊት ሁሉ ወደ የሀገራቸው አሰናበታቸው። ንጉሡ ግን ከዚያው ቆየ የፋሲካንም በዓል በዚያ አከበረ። ምስሐለ ማርያም ብሎ ለሰየማት ለዚች ቤተ ክርስቲያን የለበሰውን ልብስ መንግሥት አውልቆ ሰጠ።

የመንግሠ (ግብር) ጥሪ

ከዚያ በኋላ ወደ አትሮንሰ እግዝእትነ ማርያም ተመለሰ። ከዚያም በመላ የኢትዮጵያ ግዛት ያሉ ሹማምንት ሁሉ ግብር እንዲያስገቡ አዘዘ። ሹማምንቱንም በትእዛዙ መሠረት በሐምሌና በነሐሴ ወር ግብራቸውን አስገቡ። የደብረ ሊባኖስን መነካሳትም ከመምህራቸው ከአባ መርሐ ክርስቶስ ጋር አመጧቸው። ከዚህ ቀደም አባቴ ዘርአ ያዕቆብ ለአባታችሁ ለአባ እንድርያስ ደብረ ነጎድጓድን ርስት አድርጐ ለደብረ ሊባኖስ እንደ ሰጠ አቡነ መርሐ ክርስቶስን ይህችን ቤተ ክርስቲያን በርካት አለው። ሁላችሁ መነኮሳትም ባርኳት ርስት አድርጌ ሰጥቻችኋለሁ። ከዛሬ ጀምራችሁ ይህችን ቤተ ክርስቲያን ከደብረ ሊባኖስ ገዳም አትለዩአት አላቸው። በዚህም ነገር ከደብረ ሊባኖስ መነኮሳት ጋር ቃል ኪዳን አደረገ። ለዚች ቤተክርስቲያን በየቀኑ ገንዘብ ይሰጣል። ገንዘብ ከመስጠት ያቋረጠበት ምንም ቀን የለም። ንጉሣችን በእደ ማርያም በዚህች ቦታ ሳለ የአደል ሰዎች ብዙ የግምጃ አልባሳት ግብር ተሸክመው መጡ። የአርዌ በድላይ ልጅ ንጉሣችን መሐመድ ልኮናል በማለት ጌታችን ንጉሥ ሆይ ከዛሬ ጀምሮ በመካከላችን ሰላም ይሁን እኔም እራሴ እየመጣሁ በየዓመቱ ግብርህን አስገባለሁ፤ አንተም ሠራዊትህ መጥተው እንዳይወጉኝና ወደ ሀገሬም እየመጡ ዝርፊያ እንዳያደርጉ ትእዛዝ ስጥልኝ ሲል ልኮናል በማለት ቁመው ነገሩት። ንጉሣችንም ንግግራቸውን

ሲጨርሱ ለመልዕክተኞቹ ሁሉ ለየራሳቸው መብል መጠጥ እንዲሰጣቸው አዘዘ። የተለየዩ ሕብረ ቀለማት ያሏቸውን ልብሶችም ሸለማቸው። የዕለቱን እንዲያስታውሱት ማስታወሻ የሚሆን መታሰቢያ ዳግመኛ ሰጣቸው። ከዚህ በኋላ ንጉሣችን ከዚያ ተነሣና ጐደሎ ወደሚባል ምድረ ደረሰ። በዚያም አራዊት አደነ። ነገሥታቱ ወደ እዚያች ምድረ በደረሱ ጊዜ አራዊት ሲያድኑ መዋል ልማዳቸው ነውና።

ከዚያ በኋላ ወደ ምድረ ደጎ ተጓዘ ይህችም መካነ ማርያም የምትባለዋ ስትሆን በእርሷም ተቀምጦ በመካነ ማርያም አቅራቢያ ሌላ ቤተ ክርስቲያን አሠርቶ ስሟንም ደብተራ ማርያም ብሎ ሰየማት። ለካህናቱና ለቤተ ክርስቲያኒቱ መተዳደሪያ ሺህ መሥፈሪያ በምድረ ጸለም[130] ሰጠ። እርሱ በዚያ [በመካነ ማርያም] እያለ የመላ ኢትዮጵያ ጨዋ [ሠራዊት] ወደ ዶብአ ለመሄድ [ለመዝመት] ደረሱ።

የንጉሥ ልዑክ ወደ አደል ስለመላኩ

ከአደል የመጡትን ደግሞ መልዕክተኞች ከቃለ ሐጼው ስሙ ለቀ መጣኒ ተዕይንቴ ከሚባለው ከገደብ ሐሚድስ ጋር ልዑካን ገደብ ሐሚድስ የደዋሮ እስላም ነውና እርሱንም ከአደል ተልከው የመጡትን ልዑካንና ቃለ ሐጼውንም ሸልሞ ወደ ምድረ አደል እንዲሄዱ አዘዛቸው። እንዲህ ስትሉ ለአደሉ [ገዥ] ንገሩ አንተ እንዳልከው ይሁን፤ ነገር ግን መሐላህን እንዳታፈርስ ተጠንቀቅ ብላችሁ ንገሩት በማለት አሰናበታቸው።

እነዚህን ልዑካን ካሰናበተ በኋላ መነኮሳቱንና አቡነ መርሐ ክርስቶስንም ከተከታዮቻቸው ከማኅበረ መነኮሳቱ ጋር በአንድነት አስጠርቶ ወደ የገዳሞቻቸው እንዲሄዱ አሰናበታቸው። እኔ ወደ ዶብአ[131] ለዘመቻ መሄዴ ነውና እግዚአብሔር እንዲረዳኝ በጸሎታችሁ አስቡኝ አትርሱኝ አላቸው።

ለአባ መርሐ ክርስቶስም ፴.ያህል የግምጃ አልባሳት ሰጠ። ለሌሎች መነኮሳትም እንደየማዕረጋቸው ሰጣቸው። አባ መርሐ ክርስቶስ ግን አንተ ወደምትዘምትበት አብሬ እሄዳለሁ። እኔ ከአንተ አልለይም በሄድክበት ሁሉ እሄዳለሁ አለ።

የዶብአ ዘመቻ

የእንደገብጣን መምህር አባ አቡቂር ወደ ንጉሡ እኔ እነሆ ታምሜ ለሞት ተቃርቤአለሁና እግዚአብሔር ይከተልህ ወደ አሰብከው በሰላም ሂድ

130 የጸለምት ግዛት ሳይሆን አይቀርም።

131 ዶብዓ ተብሎ ይጻፋል።

እግዚብሔር ከአንተ ጋር ነው ስለ ልጅም አታስብ እግዚአብሔር ለሀገር ጠቃሚ የሆኑ ልጆችን ይሰጥሃልና መንግሥትም ከዘር አይወጣም። ይህ ቃሌ እውነት ካልሆነ አጽሜን ከመቃብር አውጥተው በእሳት ያቃጥሉት። ነገር ግን በሰላም ስትመለስ ገዳሜን አትርሳ ልጆቼ የሆኑትን መነኮሳትም አጽናናቸው የሚል የተስፋ መልዕክት ወደእርሱ ላኩ። እነዚህም አባት ይህን ተናግረው በዛች ቀን በምድረ ደጎ አረፉ። ንጉሡን መልዕክቱንና ዕረፍታቸውን በሰማ ጊዜ አዘነ። ለአስከሬናቸው መግነዝ የሚሆን መረዌ መረቆ ገርዜን የተባለ ነጭ ሐር ላከ። ገንዘው አስከሬናቸውን በክብር ወደ ገዳሙ ወሰደው እንዲያሳርፉት ትዕዛዝ ሰጠ።

ንጉሡ ከዚያ ተነስቶ ከሠራዊቱ ጋር ጉዞ ጀመረ። ተጉዞም ሀገረ የጨቃ ወደተባለው ስፍራ ሲደርስ የሐይቅ ሰዎች በታላቅ ሥነ ሥርዓት ተቀበሉት። ንጉሡም የእነዚህን የሐይቅ ሰዎች የአቀባበላቸው ሥነ ሥርዓትና አለባበሳቸውን በተመለከተ ጊዜ በጣም ተደነቀ። በጣም አመስግኖና መርቆ ወደቦታቸው እንዲመለሱ ትእዛዝ ሰጣቸው። ንጉሣችን ከዚያ ተነስቶ በመንገዝ ዳንካ ከተባለው ሀገር አደረ። እንደገና ከዚያ ተነስቶ ይግዛ ወደተባለው ምድር ደረሰና በዚያ አደረ። የአንጎት ሰዎች ሁላቸው ከሴቶቻቸው ጋር በመሆን በዘፈንና በዕልልታ ከበሮ እየመቱ በታላቅ ደስታ ተቀበሉት። ድምጻቸው በሩቅ እስኪሰማ ድረስ ካህናቱም በደመቀ ማኅሌት ንሴብሖ እያሉ ተቀበሉት።

ከዚያ በኋላ ተነስቶ በመንገዝ ከፍታ ካላት ተራራማ ቦታ ደረሰ። ሲመለከታትም በጣም መልካም ሥፍራ ሆና አገኛት በላይዋ ላይም ቤተ ክርስቲያን አሠራና ስሟን መንበረ ማርያም ብሎ ሰየማት። ሕንጻዋንም በመልካም ሁኔታ እንዲሰሯት አዞ ከዚህ ምድር ተነስቶ ሄደ። ዋንዛጌ ወደ ተባለው ምድር ዓርብ ዕለት ደርሶ ቋርቋራ በተባለው ስፍራ አደረ።

በዚያች ሀገር ሰንብቶ ሰኞ ዕለት ተነስቶ በመንገዝ ሜራ በሚባለው ወንዝ አጠገብ አደረ። ከዚያም ምድረ ዘቡል ገባ። ዣን ቀንጠፋ የተባሉት ሠራዊት አቀባበል አደረጉለት። እነዚህንም ሠራዊት እናንተ በምታውቁት ሂዱና በየሰፈሮቻችሁ እደሩ አላቸው። እነርሱም እንዳዘዛቸው አደረጉ።

በማግስቱ እግረኛውን፣ ፈረሰኛውንና ሌጣውን[132] ሠራዊት በሚገባ አሳልፎና የጦር ዝግጅት አድርጐ ምድረ ጸውታ ደረሰ። ይህች ምድር ቀድሞ ንጉሣችን ይስሐቅ ሰፍሮባት የነበረች ምድር ማንገፎ ናት። ንጉሡ የሱፍ ድንኳኑን አስተክሎ ሌሎች ብዙ ድንኳኖችም ተተከሉ። ለንጉሡም ዳግመኛም መላው ሠራዊት የሚቀመጡበትን የየራሳቸውን መኖሪያ እንዲሠሩ ትእዛዝ ሰጠ። ዣን ጸገና የሚባሉት ሠራዊት ብቻቸውን ተለይተው የየራሳቸውን

132 ሌጣ የሚለው ቃል ለወታደሮች አይሆንም ምናልባት መሳሪያ ያልያዙ ቀስተኞችም ማለቱ ሊሆን ግን ይችላል።

ቤት ሠርተው እንዲከትሙ፣ የባሊ እንዲሁ የፈጠጋር፣ የግድም፣ የገኝ የጨዋ ሠራዊት ሁሉ የየራሳቸውን ከተማ በትእዛዙ መሠረት ሠሩ። ያን ጊዜ አዋጅ ተነገረ። ሴት ያላችሁ የሠራዊቱ (አባላት) የንጉሡ ሚስቶች የግራ በአልቲሐትና የቀኝ በአልቲሐት ወዳሉበት ቦታ ወደ ምድረ አይድአ ላኳቸው [ሲል አዘዘ]። ከዚህ አዋጅ በኋላ ሴት የተገኘበት [ሠራዊት] ሞትን ይሞታል [ተባለ]።

ከዚያ በኋላ የጨዋ ሠራዊቱን ወደ ምድረ መብራ ላከ። ወንበዴዎቹን ካገኙዋቸው እንዲወጓቸው ካላገኙዋቸው ደግሞ መንገዱን እንዲጠርጉ አዘዘ። እነዚህም ሠራዊት ሄደው የዶብአን ሰዎች ባላገኙዋቸው ጊዜ መንገዱን ሲየስተካክሉ ውለው ተመለሱ።

ከዚህ በኋላ ንጉሣችን ከብዙ ሠራዊት ጋር የአንበሳ ለምድ ለብሶ በአንድ እጁ ጋሻ በአንድ እጁ ጦር ይዞ ወጣ። ቀስት የሚይዝበት ቀንም ነበረ:: [የዶብአ ሰዎች] ባዩት ጊዜ ከሩቅ አውቀው አጥብቀው ይሸሻሉ:: በሠፈራቸውም አይገኙም:: በሚያውቁት መደበቂያቸውም ይደበቃሉ:: ከብቶቻቸውንም ከግመሎቻቸውና ከአህዮቻቸው ጋር ቀደም ሲል ንጉሡ ከመምጣቱ አስቀድመው ምድረ ተኪኖ ወደ ሚባል ቦታ አሸሽተዋል::

ደንከሌ[133] የንጉሡን ወደ ዶብአ ለጦርነት መምጣቱን በሰማ ጊዜ እጅ መንሻ አንድ ፈረስ አንድ የበቅሎ ጭነት ተምር አንድ ጋሻ ሁለት ጦር ለንጉሡ ላከለት፤ እንዲህ ሲል ጌታዬ እኔ ከተማዬን እየጠበቅሁኝ ነኝ። እነዚያ አመጸኛ ጠላቶችህ ወደእኔ ከመጡ ችላ አልልም። እጃቸውን ይዤ አስረክብሃለሁ። ወደ አንተም ያልመጣሁት በዚህ ምክንያት ነው የሚል መልዕክት ከእጅ መንሻው ጋር ላከለት። ንጉሡም መልካም አስበሃል ወደ ሀገርህ እንዳይወርዱ ነቅተህ ጠብቃቸው ብሎ ላከበት።

ከዚህ በኋላ የእግዚአብሔር በዓል የኢየሱስ ክርስቶስ የጥምቀት በዓል ይኸውም በደረሰ ጊዜ፤ በዚያ መሬቱን ቆፍረው ውሃ ከሩቅ እየቀዱ እንዲያመጡና ጉድጓዱን እንዲሞሉት አዘዘ። በዚያም የጥምቀትን በዓል አከበሩ። ከዚያ በኋላ ንጉሡ አያሌ የጨዋ ሠራዊት አስታጥቆ እነዚያን ወንጀለኞች እንዲወጓቸው ላካቸው። ያን ጊዜ ግን እነዚያ ከህዲዎች በርትተው ብዙ የክርስቲያን ወገኖችን ገደሏቸው። ከሞት ተርፈው ሸሽተው የተመለሱትንም ንጉሡ ተቆጣቸው። ለእኔ አስቀድማችሁ ሳትገልጹ ለምን ከእነርሱ ጋር ጦርነቱን ከፈታችሁ? ባያችኋቸው ጊዜ ወደኔ ተመልሳችሁ ለምን አልነገራችሁኝም? እኔ መጥቼ ጦርነት እንድገጥማቸው አልነበርም አላቸው።

133 ጽሑፍ መሠረት ደንከሌ የንጉሱን ሥልጣን የተቀበለና አጋር ሲሆን ከዶብአ በስተምስራቅ ያለውን የአካባቢ

ገዥ ይመስላል። ደንከል የሚባል ሕዝብና ግዛት ነበረ።

በዚህ ምክንያትም ሸሽተው የተመለሱትን ወታደሮች በህዝብ መካከል ራቁታቸውን አቁመው የአህያና የላም ሳንባ ባፍንጫቸውና በመቀመጫቸው አድርገው ቀጧቸው። ይህም አስቀድሞ የተሠራ የመቅጫ ሕግ ነው። በእንደዚህ ያለ ቅጣት በቤተ መንግሥት ያለ ይቅርታ ለ፲ቀናት ቀጧቸው።

ያን ጊዜ ንጉሡ እንደዚህ ሲል በጉባኤው ፊት የመሐላ ቃል ገባ። በዚች ምድር እርሻ ሳላርስና እህል ሳልዘራ ከመሬት የበቀለውንም አዝመራ ፈረሶቼን ሳላበላ ከዚች ሀገር አልወጣምና ጠንክራችሁ ተዋጉ። ከዚህ ወጥታችሁ ወደ ሀገራችሁ መመለስን አታስቡ ካላቸው በኋላ ዳግመኛ ዣን ዝግ የተባለውን የባሊውን ገራድ ከብዙ የምድረ ጋም ጨዋ ሠራዊት ጋር [የዶብአን ሰዎች] ይዋጉ ዘንድ ላከው። አመጾኞቹም እርሱንም ከብዙዎቹ ተከታዮቹ ጋር ገደሉት። በዚች ዕለት ንጉሡ የባሊውን አዝማች ገራድ እስኪመለስ ድረስ ግብር ሳያገባ እስከ ማታ ድረስ ዋለ። የአዝማቹንና የሠራዊቱን ደኅንነት ጠይቀው የሚያመጡ መልዕክተኞችን ላከ። እነዚህም መልዕክተኞች የመኝታ ሰዓት ካለፈ በኋላ ተመልሰው የባሊን ገራድ መሞቱንና አብረው የዘመቱትም ሠራዊት ማለቃቸውን ነገሩት።

ንጉሡም ሰምቶ በማግስቱ ከእሱ ጋር ለአሉት የጨዋ ሠራዊት ዳግመኛ ተናገራቸው፤ በጦርነት አንድ ጊዜ ድል ማድረግና መሸነፍ ቀድሞ የነበረ ነው፤ አሁንም ያለ ነው። ልቦናችሁን አጽኑ። በሕሊናችሁም ውስጥ ፍርሃት አይግባ። ስለዚህ ጊዜው ሲደርስ የሚረዳን እግዚአብሔር ከእኛ ጋር አለና አላቸው።

ወረርሽንና የሰፈር ድልድል

ከዚያ በኋላ የተቅማጥ በሽታና እርሱን የመሳሰለው የደዌ ተውሳክ ሁሉ በሰፈሩ በበረታ ጊዜ ንጉሡ ከዚያ ቦታ ከዶብአ ምድር በመነሳት ወደ ምድረ ሐያ ተጓዘ። ይህም ሀገር የትግሬ መኳንን ግዛት ነው። ከዚያ ሠፈረ ወራቱም ዐቢይ ጾም ነበርና ከዚያ ተቀመጠ። የግራ በአልቲሐትና የቀኝ በአልቲሐት ከነበሩበት ሀገር ከምድረ አይዳ ከተማ አብረዋቸው ከነበሩት ወገኖችና ብዙ ሰዎች ጋር አንድ ላይ ወደ ምድረ ሐያ እንዲያመጧቸው አዘዘ። ንጉሡ ወደ አለበትም ተሰበሰቡ።

ያን ጊዜ እንደዚህ የሚል አዋጅ ተነገረ፣ ከአሁን ጀምራችሁ ሁላችሁም ሠራዊቶቹ በዚህ ስፍራ መኖሪያ ቤታችሁን ጠንክራችሁ ሥሩ። አባቴ ዘርአ ያዕቆብ በደብረ ብርሃን ከተማ ሠርቶ እንደነበረው እኔም በዚህች ቦታ ከተማ ቆርቁሬ ለመኖር ወድጃለሁ። ፈረሶቼም በትግሬ ምድር ሆነው እስከ አምባ ሠናይት ድረስ ይጋጡ ሲል አዘዣለሁ።

የዶብአ ዘመቻ ጽንአት

ከዚህ በኋላ [ንጉሡ] ቃለ ሐጼውን ወደ ጸለምት ላከው። ዣን አሞራ የሚባሉት የጨዋ ሠራዊት ፈጥነው እንዲመጡ ሲል መልዕክት ላከ። እነዚህ ዣን አሞራ የሚባሉት ሠራዊት ከጸለቱ ሰዩም ከአምባ ነሐድ ጋር ይዋጉ ነበርና እነዚህ ሠራዊት በደረሱ ጊዜ የአምባ ነሐድን ነገር ሁሉ ጠየቃቸው። እነርሱም አንተ እንዳዘዝከን ወደ ዶብአ ሀገር መጣን በሄድክ ጊዜ ለምን አልጠራኸንም? ከእነርሱ ጋር እንዋጋ ነበረ። አባትህ እነርሱን እንድንወጋ ነው ከዚህ ያደረጀን፤ መንገዱን በሚያውቀው ሁሉ በአገሩ ቢኖር ይሻላልና አሁንም እኛ አገልጋዮችህ አገሩንም ሆነ መንገዱን ስለምናውቀው በውጊያው እናስደስትሃለን ፈቃድህንም እንፈጽማለን። ስለአንተ ሕይወታችንን አሳልፈን እንሰጣለን። ጠላቶችህ የሆኑ የዶብአ ሰዎችን አሳራቸውን እናበላቸዋለን አሉት።

ንጉሡም ይህን ሰምቶ ጸሎተ ምሕላ እስከሚፈጸምበት ጊዜ ድረስ ታገሠ። በየጊዜው ጾምና ጸሎት ከማብዛቱ የተነሣ መልኩ ይለዋወጥ ነበር። ዙፋኑን ትቶም በተራ ወንበር ይቀመጥ ነበር። በአትሮንሰ እግዝእተነ ማርያም የነበረውን የመንግሥት ሀብትና ንብረት ሁሉ ለእመቤታችን ለቅድስት ድንግል ማርያም ቤተ ክርስቲያን ሀብት አድርጎ ምንም ሳያስቀር ሰጠ። እግዚአብሔር ልመናውንና ጸሎቱን ይቀበለው ዘንድ ወደ ትግሬም ሺህ ወቄት የሚሆን ወርቅ ለድኃዎችና ለምስኪኖች ለመነኮሳትና ለደኃ አደግ ልጆች ይመጸውትለት ዘንድ ላከ።

የዶብአ ሀገር ሰዎች ንጉሥ በእደ ማርያም ያደረገውን ሥርዓትና የጦር ዝግጅት በሰሙ ጊዜ ከመጠን ያለፈ ታወኩ። ወደ አደል ምድር ለመውረድ ወደዱ። ግመሎቻቸውን ላሞቻቸውን ወንዶችና ሴቶች ልጆቻቸውን ሚስቶቻቸውን ሰብስበው ይህ ንጉሥ አይለቀንም እኛን ለመግደልና አገራችንንም ለማጥፋት ከልቡ ቆርጦ ተነስቷል፤ ወደማያገኝን ቦታ እርሱ ከመምጣቱ አስቀድመን እንሽሽ ተባባሉ። ይህንንም ተነጋግረው ሀብታቸውን መጫን ያዙ ፲፪ቱ የዶብአ ሹማምንት ሁሉ ከወገኖቻቸው ጋር ለመሄድ ተነሱ።

ንጉሣችንም ይህን ነገር ሰምቶ ትግሬ መኮንን የቅዳውን ጻሕፈ ላህ ፈጥነው እንዲከተሏቸው በመንገድ ቀድመው እንዲጠብቋቸው አዘዛቸው። እርሱ ራሱ ሳይነሳ ከዘጠኝ ሰዓት አስቀድሞ ፈረሶቹን ወደ ፊንደን ላከ። በእኩለ ሌሊት ተነስቶ እርሱ ራሱ ያለ ጫማ መላ ሌሊቱን እስኪነጋ ድረስ ሲገሠግስ አደረ። ከዚህ በኋላ ልብሰ መንግሥቱን ለብሶና በፈረስ ተቀምጦ ለጦርነት ተዘጋጀ።

ከዚህ በኋላ ከሚስቶቻቸውና ከልጆቻቸው ከሀብታቸውና ከንብረታቸው ጋር ወደ ሠፈሩበት ቦታ ደረሰ። ከዚያም ውጊየ ከፍቶ ገደላቸው።

ምንም ሳያስቀር ሁሉንም ወዲያውኑ ፈጃቸው። አምልጠው የሸሹትንም መጀመሪያ የላካቸው የትግሬና የዳሞት ጨዋ ሠራዊት አሳደው ፈጁዋቸው። እግዚአብሐር ረድኤቱን ልኮለታልና ጸሎቱን፣ ምጽዋዕቱን ቸል አላለውምና ስለዚህም የእግዚአብሔርን ቼትነት አመሠገነ። እግዚአብሔርን ከማመስገን አልተገታም። እንደ እርሱም ለልጁ ለእስክንድርም ምኞቱንና አሳቡን ሁሉ ይፈጽምለት። የእርሱን ማለፍ የሚወድ ሰው ቢኖር እግዚአብሔር ፈጥኖ ያጥፋው፣ ዘሩንም ዳግመኛ እንዳይተካ ያድርገው። አሜን።

ወደቀደመው ጥንተ ታሪካችን እንመለስ፣ ከዚህ በኋላ ንጉሣችን በእደ ማርያም በድል አድራጊነት በታላቅ ደስታ ተመለሰ። የእነዚያን ወንጀለኞች ራሳቸውን አስቆርጦ ብልቶቻቸውንም ለሚስቶቻቸው አሸክሞ ወደ ከተማው ደረሰ። በአደባባይም ታላቅ ደስታ ሆነ። እንዲሁም በየአገሩ ታላቅ ደስታ ተደረገ። የዘፈኑና የማኅሌቱ ድምቀትም በየቦታው አስተጋባ።

ከዚህ በኋላ ለንጉሡ መከረሚያ ቤት የሚሆን አዳራሽ ቀድሞ ከነበረበት የንጉሡ መቀመጫ ቦታ አቅራቢያ ቤተ መንግሥት እንዲሠሩ አዘዘና በዚያ ክረምቱን አሳለፈ። ያን ጊዜ አቡነ መርሐ ክርስቶስ ከአንተ ከንጉሡ አልለይም ብለው ቢከራከሩም ቁርጠኛ የሆኑ ትእዛዝ አዞ ወደ አገራቸው ላካቸው። ሁለት መቶ አሥራ አምስት ወቄት ወርቅ ሰጣቸው። እንደገናም የወርቅ መስቀል ከእነዘለበቱ ግምጃ ሸልሞ በሰላም አሰናበታቸው። ለሌሎች መነኮሳትም እንዲሁ የክብር ልብስ አለበሳቸው።

ከእነዚህ ወንጀለኞች ከሆኑት የዶብአ ሰዎች የተማረኩትን ከብቶች ዥግን አሞራና ዥግን ቀንጣፋ ለሚባሉት ጨዋ ሠራዊት ጠንክረው እንዲጠብቁ ሰጣቸው። ከዚያ በኋላ ግን ከሞት ለተረፉት ለእነዚያ የዶብአ ሰዎች በለመኑት ጊዜ ይቅርታ አደረገላቸውና ወደ ክርስትና ሃይማኖት እንዲገቡ አዘዘ። ከብቶቻቸውንም ከምርኮ እንዲመለሱላቸው አደረገ። ከዚያም ሌላ ከወጅ ሀገርና ከገንዝ ከመንግሥት የከብት እርባታ ሌሎች ከብቶችን አስመጥቶ ጨምሮ ሰጣቸው።

በመካከላቸውም ዳዊት አምባ በማን ገደፎ ብሎ በመሠየም አዲስ ጨዋ ሠራዊት ሠራላቸው። ከዚያም በእግዝእትነ ማርያም ስም አዲስ ቤተ ክርስቲያን ሠራ፣ በውስጧም ብዙ አትክልትን ትርንጎ፣ ሎሚ፣ ወይን የመሳሰለውን የአትክልት ዓይነት ተከለ። የዶብአ ሀገርን ንጉሣችን ያማረችና የተዋበች አደረጋት። ፈረሶቹንም እህል ያበሏቸው ዘንድ ሰጣቸው። አስቀድሞ በአንደበቱ እንዲህ ብሎ በተናገረው መሠረት በዚች ምድር እርሻ አሳርሼ እህል ሳልዘራ የተዘራውንም እህል ሳላሰበስብና ከዚያም እህል ፈረሶቼን ሳላበላ ከዚች ሀገር አልወጣም ሲል ትንቢት ተናግሮ ነበርና እግዚአብሔርም እንደቃሉ አደረገለት።

እርሱም እንዲያደርሱና እህል እንዲዘሩ አዘዘ። በትእዛዙም መሠረት ዘርተውና አምርተው ከዚያም እህል ፈረሶቹንና በቅሎዎቹን አበሉ። ንጉሡ የተናገረው ትንቢትም ተፈጸመ። ንጉሣችን በእደ ማርያም በራሱ ነቢይ ሆኗልና በዚያም በዓልተ ሽህናን ስሟን ዳዊት ኤራ ብለው አነገሿት።

ከዚህም በኋላ ንጉሡ የደብረ ዳሞውን መምህር አባ ማቴዎስን የነፍስ አባቱ ነውና ሥርዓተ ንግሥ ለመፈጸም ወደ አክሱም ለመሄድ ማሰቡን ገልጾ አማከረው። አባ ማቴዎስም መልካም አስበሐል እግዚአብሔር ሐሳብህን ሁሉ ይፈጽምልህ ብለው መረቁት።

ያን ጊዜ የትግሬውን መኮንን መላውን ሹማምንት መምህራኑን ወደ አክሱም ላካቸው። ቀድመው ሄደው ሥርዓተ ንግሡን ሁሉ አሟልተውና አዘጋጅተው እንዲጠብቁት ለንግሡ ድግስ የሚታረዱ ብዙ ፍሪዳዎችንም አቅርበው እንዲጠብቁት ይህን ትእዛዝ ሰጥቶ ላካቸው። ከዚያም ንጉሣችን ለደዕ እስማን የተባለው የአደል ገዥ ለጦርነት መምጣቱን ሰማ። ይህም ሰው ንጉሣችን በእደ ማርያም ቀደም ሲል ቃል ኪዳን ገብቶለት ከነበረው ከመሐመድ ሞት በኋላ የተሾመ ነው። ንጉሡም ወደ አክሱም የላካቸውን የትግሬ መኮንንና ሹማምንቱን ሁሉ ወደእርሱ ተመልሰው እንዲመጡ መልእክት ላከ። እነርሱ ተመልሰው ወደ እርሱ እንደ ደረሱ ንጉሣችን ዳግመኛ ወደ ምድረ ዶብአ ወረደ። የጥምቀትንም በዓል በዚያ አከበረ። የዶብአ ሰዎች የሚተዳደሩበትን ሥርዓት ሕግ አወጣ። የአኗኗራቸውንም ሥርዓት ደነገገ። ለዶብአ ሰዎች የሚስሟሟቸውን ሰዎች መርጦ በየአገሮቻቸው ሾመላቸው። የዶብአን ሰዎች ሁሉ የእመቤታችን የቅድስት ድንግል ማርያም የዕረፍት ቀን ጥር ፳፩ቀን እንዲያከብሩ አዘዛቸው። እነርሱም እንዳዘዛቸው አደረጉ። ምግቡን ጠላውንና ጠጁን በብዛት በማቅረብ በፍስሐና በዘፈን በዓሉን አከበሩ። ንጉሡም ይህን ሁሉ አድርጎ ሲጨርስ እርሻ እንዲያርሱ ከአሁን ወዲያ የጦር መሳሪያ እንዳይዙ ትእዛዝ ሰጥቶ ከመላ ሠራዊቱ ጋር ከዶብአ ተነሳ።

በአንጎት መንገድ አድርጎ [ሲሄድ] ሰዎች ሁሉ ሴቱም ወንዱም ካህናቱም በየአገራቸው በደስታና በሐሴት አቀባበል እያደረጉለት ዋስል ወደሚባለው ሀገር ደረሰ። በዚያም ሆኖ ነገሥታቱ ከሠራዊቱ ጋር ሆነው በአምሐራ ሀገር በኩል አድርገው ወደ መንዝ እንዲሄዱ አዘዘ። እርሱ ንጉሣችን ግን በግድም መንገድ ተጓዘ። ላዎ ገበያ ደረሰ። በዚያም ያሉትን ፈረሶች ከጥሩንና ከሐምበል ሰይፍ ጋር አስቆጠረ። ከዚያም ኢፋት ቀጭኖ ምድር ደረሰ። በዚያም ቆሞ የሀገሮቹን ስም ጠየቀ። እነርሱም እንዲህ ሲሉ መለሱለት ይህ መካነ ጉዕዞት ይባላል። ይኸኛውም ደግሞ ግንድ ብሎ ይባላል። ይህች ያለንበት ስፍራ ፈለገ አጋት ምድረ ጋዳዊ ይሏታል ብለው ነገሩት።

ድጋሚ እንዲህ ስለጠየቃቸው የአደል ሰዎች ከዚህ ድረስ ይመጣሉን አላቸው። አዎን ይመጣሉ ከዚህም ይውላሉ አሉት። ያን ጊዜ የሸዋ ሰዎች ሁሉ የኢፋት ሰዎች አቀባበል አደረጉለት። ንጉሡም የፈረሰኛውንና የእግረኛውን ብዛት ሰልፍ ሠርተው በሩቅ በተመለከተ ጊዜ ሰው በመንገድ ተጨናንቆ እንዳይሞት ብሎ በሄዱበት መንገድ ተመልሰው እንዲመጡ ትእዛዝ ሰጠ። ከዚያም ተጉዞ ምድረ ጦቢያ ደረሰ። በኢፋት የምትገኝ ስፍራ ናት ከዚያም ስፍራ ድንኳኑን አስተከለ። ቀደም ሲል አያቱ ንጉሣችን ዳዊት በዚች ስፍራ ተቀምጦባት ነበር። ብዙ አትክልትም ተክሎባታል። ከዚያ ተነሳና ወደ ደጎ ወጣ። ጋሳይ ከሚባል ወንዝ አጠገብ አደረ። ይህችም የደብረ ብርሃን ክፍል ናት።

በዚያ እንዳሉ የሸዋውን ጻሐፊ ላም ደብረ ጽዮንን እንደዚህ ብሎ ጠየቀው፤ የደብረ ሊባኖስ መነኮሳት ለምን መጥተው አልተቀበሉኝም። አንተ የሸዋ ጻሐፊ ላም አይደለህምን? የእነርሱም ገዳም ደብረ ሊባኖስ የሸዋ ክፍል አይደለምን አለው? እርሱም ጌታዬ ሆይ የደብረ ሊባኖስ መነኮሳት ከመምህራቸው ከአባ መርሐ ክርስቶስ ጋር ሁሉም መጥተው ደብረ ብርሃን ደርሰዋል ብሎ ነገረው።

ከዚያም በማግስቱ ንጉሡ ከአደረበት በተነሳ ጊዜ የደብረ ሊባኖስ መነኮሳት ከመምህራቸው ጋር የደብረ ብርሃን ካህናትም በሙሉ እንደ የሥርዓታቸው ልብስ ተክህኖአቸውን ለብሰው ድባባቸውን ዘርግተውና ማጥንቶቻቸውን ይዘው ተቀበሉት። ንጉሡም ባያቸው ጊዜ በጣም ደስ አለው። እነዚህ የደብረ ሊባኖስ መነኮሳት ናቸውን ብሎ ጠየቃቸው? ጌታችን አዎን እነርሱ ናቸው ብለው መለሱለት።

በዚያን ጊዜ አቡነ መርሐ ክርስቶስን ፈጥነው ወደእርሱ እንዲያመጡት አዘዘ። እንዳዘዛቸውም አባ መርሐ ክርስቶስን ፈጥነው ወደፊቱ አቀረቡት አባ መርሐ ክርስቶስም ያን ጊዜ ወዲያውኑ ወደ ምድር ተደፍቶ ከደስታው ብዛት የተነሣ ለንጉሡ ሰገደለት። ንጉሡም እንዲያነሱት አዘዘ። መነኮሳቱንና የደብረ ብርሃን ካህናትን አመሰገናቸው። መረቃቸው። ከዚያ በኋላ ወደ ደብረ ብርሃን ቤተ ክርስቲያን ገብቶ ውስጧን ተሳለመ። ቅጥሩንም ዞሮ ከተመለከተ በኋላ ወደ አደገበት ቦታና ከተማ ደረሰ። ከዚያም ልጅ እያለ ከአባቱ ጋር በዚህች ከተማ በነበረበት በልጅነቱ ቀድሞ የተከላትን የቀጋ ችግኝ አድጋ ዛፍ ሆና አገኛትና ግምጃ አለበሳት።

ከዚያ በኋላ ከዚያ ተነስቶ ተጉዞ ምድረ ሰርማት ተብሎ ከሚጠራ ሀገር ደረሰ። ከዚያ ተነስቶ ቀድሞ ወደ አደገበት ሀገር ምድረ ዘንጎ ገባ። በዚያም ተቀምጦ የሆሳዕናንና የትንሣኤንም በዓል በዚያ አከበረ። የዕርገትን በዓል ከዚያ አሳልፎ የለባሸ ገባ። ይህም ቦታ መርጡለ ሚካኤል የሚባለው ነው። በዚያም ቤተ መንግሥት እንዲሠሩ አዘዘ። ይኸም ስፍራ ቀደም

ሲል አያቱ ንጉሥ ዳዊትና አባቱ ዘርአ ያዕቆብ የነበሩበት ሥፍራ ነው። ንጉሡ መዋዕለ ክረምቱን በዚያ አሳለፈ። ከዚህ ቦታ እንዳለ በሐምሌ ወር ፲፬ ቀን በእኩለ ሌሊት ማቴዎስ የሚባለው ጃንደረባ ገብቶ እግዝእት ሮምና ወንድ ልጅ ተገላገለች በማለት ለንጉሡ የምሥራች ነገረው። ከዚህም የተነሣ ንጉሡ በጣም ደስ አለው። እግዚአብሔርንም ከልቡ አመሰገነው። ወደ ቤተ ክርስቲያንም ሄደ። ካህናቱን ሁሉ አስጠርቶ ማኅሌት እንዲቆሙና ጸሎተ ዕጣን እንዲያደርጉ ነገራቸው። ይህች ዕለት የእመቤታችን የቅድስት ድንግል ማርያም [ና] የመልአኩ ሩፋኤል የበዓል ቀን ናት።

ሥርዓተ ቅዳሴው ከተፈጸመ በኋላ ለካህናቱ መብልና መጠጥ በየዓይነቱ በገፍ ቀረበላቸው። ለድኃዎችና ለነድያን ሁሉ ምፅዋት ሰጠ። የምስራቹን በማምጣቱ ያን ማቴዎስ የተባለውን ጃንደረባም አመስግኖና መርቆ የአልባሳት ሽልማት አደረገለት። ሕጻኑንም በቀኑ እንዲጠመቅ አዘዘ። ስሙንም እስክንድር ብለው እንዲሰይሙት ነገራቸው። ዳግመኛም በዚህ ቦታ እንዳለ ቴዎድሮስ የሚባለው ልጁን እሬሽ[134] ገዜት ከሚባሉት ሴት ተወለደ። የመስቀልን በዓል አክብሮ ጋርማ ወደሚባለው ሀገር ሄደ። በዚያም እስከ ወርኃ ህዳር ፳፪ ቀን ድረስ ተቀመጠ። በዓሉንም አክብሮ በዚች በሚካኤል ቀን በታላቅ ደስታ ተነስቶ ጉዞ ጀመረ። ተጉዞም ሰደቀበባ ወደተባለው ሀገር ደረሰ። ይህም ሀገር የእላማላሊ ክፍል ነው።

ከዚያ እያለ በባሊ ግዛት ያሉት ተናጭ የሚባሉት የባሊው ገራድ የገብረ ኢየሱስ ተከታዮች የነበሩት ሠራዊትና በዚያ ያሉት መላው የጨዋ ሠራዊት ወደ አደል ሀገር እንሽፍት ተባብለው አድማ አድርገዋል ብለው ነገሩት። ይህንም ሰምቶ ይህን ክፉ ምክር የመከሩትንና በዚያ ሀገር ያሉትን የጨዋ ሠራዊት በሙሉ አንድም ሳታስቀሩ ሁሉንም አምጧቸው የሚል ትእዛዝ ሠጠ። እነርሱም በትእዛዙ መሠረት በፍጥነት አምጥተው ከንጉሡ ፊት አቆሟቸው። እነርሱ ግን የተጠሩት በየአገሩ በሠራዊትነት የሚደለድላቸውና ሽልማት የሚደረግላቸው መስሏቸው ነበር። ንጉሡ ግን በእርሱ ዙሪያ ያሉትን ፈረሰኞችና እግረኞች ሠራዊት በእርሱ ምትክ በባሊ ሠራዊት ሆነው እንዲመደቡ አዘዘበት። ለቤተ ሐንሳኒ[135] የሠራዊት ክፍሎች ወይም ወገኖች አንድ ፲ ከብቶች አርደው እንዲበሉ ሰጣቸው። [የከብቶቹን] ቆዳቸውን ግን ሰብስቡና አዘጋጁት ብሎ አዘዛቸው።

ከዚህ በኋላ ተናጭ የተባሉት እነዚያ ከባሊ የመጡት አንገቶቻቸውን እየያዙ አሰባሰቧቸው። ቁጥራቸውንም አንድ ሺህ ሰባት ስድሳ ነው። ከዚህ ቀደም እንዳልኩት ተዘጋጅቶ የተቀመጠውን ያን የከብቶች ቆዳ ጠፍር ወደ

134 እራስ ገዜት፣ እሬሽ የተለመደ የዚህ ክፍል አለቃ ስያሜ አይደለም። በሥርዓተ መንግሥት እራስ ገዜት ይላታል ማለትም የንግሥት ገረዶች ኃላፊ ነበረች።

135 ቤት አንሺ የሚባል ከስሙ እንደምንረዳው የንጉሥን የቤት ንበረቶችና ድንኳኖች የማጓጓዝ፣ የማደራጀትና የመትከል ኃላፊነት ነበረበት።

አንገታቸው አስገብተው የተረፈውን የከብቶች ቆዳ አስሸክመው እነዚህን ሽዋ ኃዳሪ የተባሉትን መላውን የጨዋ ሠራዊት ወደ ጐጃም ምድር ወሰዷቸው። አባዊ [አባይ] ወንዝም አደረሷቸው። ከአባዊም [አባይ] የጐጃም ነጋሽ ከብዙ የጐጃም ጨዋ ሠራዊት ጋር በመሆን ተረክቦ ምድረ ገምቦታ[136] በሚባል ቦታ ወስዶ አስፈራቸው። ስማቸውንም ዳዊት ሐረሳ[137] ብለው ሰየማቸው። ምሽቶቻቸውንና ልጆቻቸውን ከመላ ሀብታቸውና ንብረታቸው ጋር አሰባስበው፤ አምጥተው እርነሱ ወዳሉበት ላኩላቸው።

ዳግመኛም ንጉሡ በዚያ እያለ የደዋሮ፣ የባሊና የዳሞት ኃዳሪ ጨዋ ሠራዊት ሁሉ ለጦርነት ወደ አደል ምድር እንዲሄዱ አዘዘ። እርሱ ደግሞ ከዚያ ተነሥቶ ወደ ምድረ ደዋሮ ሄደ። ወደ አደል ምድር ለጦርነት የተላኩት እነዚያ የጨዋ ሠራዊት የአደልን ምድረ ተዋግተው አጠፍተውና ድል ተጐናፅፈው ሲመለሱ በደዋሮ ምድር ከንጉሡ ጋር በደስታና በሐሴት ተገናኙ። የጥምቀትንም በዓል በዚያ ከንጉሡ ጋር አከበሩ። የእግዝትእነ ማርያም የዕረፍት ቀኗን ጥር ፳፩ንም በዚያ አከበሩ።

ከዚህ በኋላ ከደዋሮ ምድር ወጥቶ ምድረ ደጉ ደጉመኝ ወደሚባለው ቦታ እላማሌ ደረሰ። መላውን የጾሙን ወራት በዚያ ተቀመጠ። በዚህችም ምድር የወይን ችግኝ የሸንኮራ አገዳ፣ ሎሚና ትርንጎ ተክሎች የተለያዩ የሽቶ ዕፅዋትን ተከለ። ንጉሡ ይህችን ስፍራ በጣም ወደዳት። በዚህች ቦታ እያለ አንበሳ ዳዊት የተባለውን የጐጃም ነጋሽን ግብር ይዞ እንዲመጣ አዘዘው። እርሱም እንደታዘዘው ግብሩን ይዞ በመጣ ጊዜ ግብር ከሚገባው በላይ ብዙ ገንዘብ በማምጣቱ ንጉሣችን በጣም አመስግኖ መረቀው። ልጁን እስክንድርንም ልጁ እንዲሆነው እርሱም አባት እንዲሆነው ሰጠው። ከዚያም ሕጻኑ እስክንድርን አስታቀፉት። በዚያን ጊዜ ጐጃም ነጋሽ በዚህ ነገር ከመጠን ያለፈ ደስ አለው። ንጉሡም ብዙ ፈረሶችንና ብዙ በቅሎዎችን ብዙ ወርቅና የሐር አልባሳትን [ለአንበሳ ዳዊት] ሰጠው።

ጐጃም ነጋሽ ግን አስፈላጊ የሆነውን ሀብትና ንብረት ሁሉ በየዓይነቱ እኔ ለሕጻኑ አሰጠዋለሁ። ነገር ግን ይህን ሁሉ ሀብት ለእርሱ የማስቀምጥበት ከብቶቹን የማረባበትን መሬት ስጠኝ አለው። ንጉሡም እሺ እሰጥሃለሁ አለው። በዚህች ምድር እያለ ከባድ ንዳድ ህመም ተቀሰቀሰ አንበሳ ዳዊት የጐጃምን ነጋሽን ገደለው። የተክለ ማርያምንም መታመም ለንጉሡ ነገሩት። ሕመምተኛውን ወደ እርሱ እንዲያመጡለት ወዲያውኑ ትእዛዝ ሰጠ። በጣም ይወደውና ያምነው ነበር።

136 ገቦታ የሚባለው ሥፍራ ዛሬ በጎጃም በዳሞት ውስጥ የሚገኘው ሥፍራ ከሆነ አጼ ሱስንዮስ (1600-1625) በወታደርነት ከመለመሏቸው ዋንኛዎች መካከል ነበሩ። የካቶሊክ እምነትንም በማስፋፋት ረገድ ከፍተኛ ሚናም ነበራቸው።

137 ንጉሡ በራሱ የንግሥና ስም ዳዊት ሐረሳ ሲል ይኸውም የዳዊት አራሽ እንደማለት ነው። ከጨዋ ወታደርነት ወደ አራሽነት ዝቅ እንዳደረጋቸው ለማሳየትም ይመስላል።

በአባቱ በዘርአ ያዕቆብና በእርሱም ዘመነ መንግሥት የአዛዥነቱ ሹመት የእርሱ ነበርና ደጉ ንጉሥም ሕመሙን ተመልክቶ እንዲድንለት ቅብዓ ቅዱስ አጠጣው። ሕመምተኛው ግን ጌታዬ ንጉሥ ሆይ እኔ ከእንግዲህ አልድንም ሕመሜ ከባድ ነው አለው። ቋሚዎቹ አዛገሮች በዚህ ሥርዓት እስከዛሬም አሉ። ዳግመኛም በእዚያ በእግዝእት ሮምና ወንድ ልጅ ተወለደ ስሙንም ዕንቁ እስራኤል ብሎ ሰየመው።

ከዚህ በኋላ ሊቀ መጣኒ የክሌ መጥቶ በንጉሡ ፊት ቆመና ጌታዬ ሆይ ነገሩ በጣም ከባድ ነገር ስለሆነ ከአንተና ከድንኳንህ በስተቀር ሌላ ሰው የማይሰማው ጉዳይ አለኝ አለ። ወዲያውኑ ያንን ሊቀ መጣኒውን ጠርተው ንጉሡ ወደአለበት አወጡት። ሰውንም ሁሉ አስወገዱለት። ያገኘውንም ነገር እንዲናገር ንጉሡ አዘዘ። እርሱም ሊናገር ያሰበውን ነገር ሁሉ ለንጉሡ ነገረውና ከንጉሡ ተሰናብቶ ወጣ። ከዚያም ዣን ማሰሮች ሁሉ አሰባሰበው ወደ ጀጎል ውስጥ እንዲያስገቧቸው ተደረገ።

በነግህ ወደ ጀጎል በሚያስገቡዋቸው ጊዜ እያንዳንዳቸውን ለየብቻቸው አንገታቸውን እያነቁ ነበር የያዙዋቸው። ከመጠን ያለፈ እስኪደነግጡና እስኪርበተበቱ ድረስ እነርሱም ብቻ ሳይሆኑ እነርሱን የተመለከቷቸውም ሁሉ ደነገጡ። እያንዳንዳቸውን በተናጠል ይህን ነገር ሲጠይቋቸውና ለምንድነው መንግሥቴን የጠላችሁት እንዲህ ያለውን የተንኮል ሥራ በእኔ ላይ ለማድረግ ለምን ወደዳችሁ ብሎ ሲጠይቃቸው? እነርሱም አይደለም ሲሉ ነገሩን ካዱ። በዚያች ዕለት በክርክር እስከ ዘጠኝ ሰዓት ድረስ ዋሉ።

ከዚህ በኃላ ሊቀ መጣኒውን አመጡት። ንጉሡም በእነዚህ ሰዎች ላይ የነገርከኝን ነግር በምን ትረታቸዋለህ ብሎ ጠየቀው። ሊቀ መጣኒውም ወደ አዋቂ ባለመድኃኒት እደርሳለሁ አለው። እነርሱም እንደ እርሱ አሉ።

ይህን ንግግራቸውን ንጉሡ ሰምቶ የራሱን ብይን እንዲህ በማለት ሰጠ። እነርሱ በእኔ ላይ ክፉ ነገር ማድረጋቸውን በጽዮን ቤተ ክርስቲያን አንተ ምለህ መስክር። እናንተም በእኔ ላይ ክፉ ሥራ (አለመምከራችሁን) እንዲሁ ምላችሁ ተናገሩ አላቸው። እነርሱም ሆነ ሊቀ መጣኒው ንጉሡ እንዳለው በዚህ ምለው መሰከሩ።

ጻሰርጌ ገብረ ዋህድን መሐሬ ክርስቶስ ንጉሡ ባዘዘው ጊዜ ከዳሞት አስሮ አምጥቶ በአደባባይ ለፍርድ አቀረበው። ንጉሡም በእኔ ላይ ክፉ ነገር ያደረግኸው ለምንድን ነው ይህን ያህል ከባድ ትዕቢትስ ለምንድነው ያደረብህ? በደልህን ገብረ ብርሃን ነግሮብሃልና ብሎ ጠየቀው። እርሱ ግን ካደ ጌታዬ ሆይ ትዕቢትም አላደረግሁም፤ በአንተ ላይ ያደረግሁት አንዳችም በደል የለም በማለት ለንጉሡ መልስ ሰጠ። እርሱንና ከሳሹን ሁለቱንም በአደባባይ ለፍርድ አቆማቸው። በንጉሡ ፊት ጉዳዩ በተመረመረ ጊዜ ጻሰርጌ ገብረ ዋህድ የማይገባውን የመንግሥትነት ሥራ እንዳደረገ ለመንግሥት ብቻ

የሚገባውን የክብር የሐር ምንጣፍ እንደሚያስነጥፍ፣ በፈረስ ላይ ተቀምጦ ወደ አደባባይ ሲወጣም እንደ ንጉሥ በአጀብ እንደሚወጣ፣ በራሱም ላይ ፎጦት[138] ዘመድገ የሚባለውን የመንግሥት ምልክት እንደሚያደርግ፤ በዚህ ሁሉ ገብረ ብርሃን አስመሰከረበት በተረታም ጊዜ ራሱን ነጨት።

ንጉሣችን ሌላ ትእዛዝ ዳግመኛ አዘዘ። ልብሱን ስብ ቀብተው ስቡ ልብሱን በሚገባ እስኪዋሃደው ድረስ በሚገባ አዘጋጅተውና አልብሰው ወደ ታች ዘቅዝቀው በመስቀል ስበ የተቀባውን ልብስ በእሳት አያይዘው አቃጥለው እንዲገድሉት በየነበት።

ከዚህ በኋላ ሊቃውንቱ ፍርዱን እንዲለውጥ አጥብቀው በለመኑት ጊዜ በእሳት ተቃጥሎ እንዲሞት ከተሰጠው ፍርድ ይቅርታ አደረገለትና ለግራ በጽር ዋጀት ለተባሉት የሠራዊት ክፍል በእስር ሰንሰለቶች እንዲያስሩት ሰጣቸው። ከዚህ በኋላ ገርፈው ወደ ጕሽዓሮ አጋዙት። ከዚያም ሁለተኛ ደቅ ወደሚባለው ደሴት ወሰዱት።[139]

ንጉሣችን ገና ከዚች አበሲ በምትባለው ምድር ውስጥ እያለ ገብረ ኢየሱስን ለዘመቻ ወደ አደል ምድር ላኩት። በዚያ ወቅት ብሕት ወደድና የባሊ ገራድ የነበረው እርሱ ነውና ከደዋሮና ከባሊ ጨዋ ሠራዊት ጋር በመሆን ወደ ዘመቻው ሄደ። ሌላ ተጨማሪ ሠራዊት አልነበረም።

ወደ ሀገራቸው በደረሰ ጊዜ ሁሉም የአደል ሀገር ሹማምንት በአንድነት ጦር አሰልፈው መጥተው ጦርነት ለመግጠም ተሰብስበው አገኛቸው። ከዚያ እንደተሰበሰቡ ጦርነት ከእነርሱ ጋር አደረገ። በእግዚአብሔርም ኃይል ድል አደረጋቸው። ብዙዎችንም ገደለ በምርኮ የያዛቸውም ነበሩ። የእነዚህም የሹመት ስማቸው ጕሳች ጌታ፤ ሲድ አሕመድ፤ እሮር ገራድ፤ ግዳይ ገራድ፤ ኵሽም ገራድ፤ ሐርጋይ ገራድ፤ ግዳይ ገራድ፤ ፈራሽ ሹም ይባላሉ። እነዚህ ስማቸውን የማውቃቸው ናቸው። ስማቸውን ያላወቅኋቸው ሌሎች ብዙ የአደል ስዩማን ነበሩ። እነዚህንና አብረዋቸው የተማረኩትን ብዙ ሠራዊት ማረከው አወጧቸው። ንጉሡ ስለወታደሮቹ ሲያዝንና ሲተክዝ ነበር። ድል የማድረጋቸውን ዜና ገና አልሰማምና ዕለቲቱም ዕለተ እሁድ ነበረች። እንደተለመደው በዚች እለት የግብር አላደረገም፤ እስከ ቀትር ሰዓት ድረስ ምንም አልቀመሰምም ነበር።

ወዲያውኑ መልዕክት መጣ። ይህንም ለንጉሡ ነገሩት ንጉሡም የመልዕክቱን ክርታስ [ብራና] ተቀብሎ ከአነበበ በኋላ እጅግ በጣም አድርጎ ደስ አለው። የእርሱ ሠራዊት በጦርነቱ ድል ማድረጋቸውን ከጽሑፉ በመረዳት በታላቅ ደስታና በታላቅ ሐሴትም ግብር አበላ። ከዚያም በዘጠኝ ሰዓት ሌላ የጽሑፍ መልዕክት ለሁለተኛ ጊዜ መጣ። ንጉሣችን ሆይ እጅግ

138 በንጉሥ ብቻ በራስ ላይ የሚደፋ ከጨርቅ የተሰራ ቆብ ሳይሆን አይቀርም።

139 በጣና ሐይቅ የሚገኘው ደሴት ሳይሆን አይቀርም።

ደስ ይበልህ በጸሎትህ ድል አድራጊነት አግኝተናልና እኛም ባሊ ምድር ደርሰናል። እኛም መላ ገንዘባችን ሁሉ በሰላም ባሊ ደርሰናል። ፈረሶቻችንም ጭምር በሰላም ገብተናል የሚል መልእክትን የያዘ ነው።

ስለዚህ ንጉሣችን በእደ ማርያም ለድል ያበቃውን ፈጣሪውን እግዚአብሔርን ከልብ ይህንም የምሥራች ለዓቃቤ አምኃ ጽዮን ነገረው። እርሱም ሰምቶ ደስ አለው። እግዚአብሔርን አመሠገነ። በማግስቱ ይህ የምሥራች ቃል ለመላው ሕዝብና ሠራዊት በአዋጅ ተነገረ። በዚህ ጊዜ የዘፈኑና የማኅሌቱ ሥርዓት በጣም ደመቀ። ንጉሡ ግን የምሕላ ጸሎት እንዲደረግ ትእዛዝ ሰጠ።

የንጉሥ በእደ ማርያም

ታሪክ

(1460-1470)

የሁለተኛው ታሪክ ጸሐፊ ድርሰት

የንጉሥ በእደ ማርያም ታሪክ

የንጉሥ ዘርአ ያዕቆብ ልጅ በእደ ማርያም ከነገሠ በኋላ ዓቃቤ ሰዓት አምኃ ጽዮን ከመላ ኢትዮጵያ ግዛት ለተሰበሰበው ሕዝብ በዙፋኑ ፊት ለፊት ቃል የአጼ ዘርአ ያዕቆብን የኑዛዜ ቃል ሰምቶ እንዲህ በማለት ተናገረ። በእደ ማርያምን ንጉሥ አድርጌ ለሁላችሁ የኢትዮጵያ ሰዎች ሁሉ የማነግሥላችሁ በእኔ ፈቃድ አይደለም። እርሱን እንዳነግሥላችሁ የእግዚአብሔር ፈቃድ ሆኖ ነው እንጂ ሲል ጌታዬ ዘርአ ያዕቆብ ከማረፉ አስቀድሞ ተናግሯል። ለዚህም በመኳንንቱና በሰዎች መካከል ምስክሩ እኔ እንደሆንኩ እናገራለሁ። ብዋሽ ምስክሬ እርሱ መንፈስ ቅዱስ ነው በማለት በይፋ ተናገረ።

ከዚህ በኋላ አዋጅ ተነገረ። ከዛሬይቱ ዕለት ጀምሮ ሁላችሁም የፈለጋችሁትን ቀይ ልብስም ሆነ ነጭ ልብስ ልበሱ። በቅርብ ታስራችሁ ያላችሁ እስረኞችና በሩቅ ስፍራ የታሰራችሁ እስረኞች ሁሉ በሙሉ ወደ የሀገራችሁ እና ወደ የቤታችሁ ግቡ። በዚህ ነገር መላው የኢትዮጵያ ሕዝብ ደስ አለው። እጅግም አድርጎ ፈነደቀ። የተለያዩ ደማቅ አልባሳትን በመልበስ ደስታቸውን ገለጹ። ንጉሡ በእደ ማርያም አባቱ ጠቅሎ ወደ እጁ አስገብቶት የነበረውን ሥልጣን ቀድሞ እንደ ነበረውና እንደ ድሮው እንደ የሥርዓታቸው ሰዎችን ሁሉ እየሾመ ወደ የሀገራቸው ላካቸው። የንጉሣችን የበእደ ማርያም ታላቅነት ከፍ ከፍ አለ።

ከዚህ በኋላ ንጉሡ ወደ ምድረ አምሐራ ሄደ። አባቱ ወደ ተቀበረበት ደብረ ነጐድጓድ ደረሰ። በአርባው ቀን ተዝካሩን አደረገ። ይህን ከፈፀመ በኋላ አትሮንስ እግዝእትነ ማርያም ብሎ ወደ ሰየማት ክለንቶ በታላቅ ግርማ ሠፈረ። ፈረሰኛውንና እግረኛውን ሠራዊት አስከትሎ በመኳንንቱ ታጅቦ በታላቅ አጀብና ሁካታ ሄደ። ከዚያም የቤተ ክርስቲያኑን ሕንጻ አስጀመረ። የአናጽያኑንም ቁጥር አበዛቸው። ከአባይ እስከ ዣማ ያለውን ሀገር ርስት አድርጎ ሠጣት።

ለቤተ ክርስቲያኒቱ አገልጋይ የሚሆኑትንም ካህናት ቁጥር በጣም አበዛ ከየአገሩም እያስመጣ ደለደላቸው። በተለያዩ የክብርና የማዕረግ ስሞችን

አወጣላቸው። አለቃውን መክብብ፣ ቄሰ ገበዝ፣ መምህረ ደብር፤ ቀኝ ጌታ፣ ግራ ጌታ፣ የቤት ጠባቂ ጌታ እያለ ሰየማቸው። ከዚያ በኋላ በተለያዩ ህብረ ቀለማት ያጌጡ አልባሳትን አለበሳቸው። የአለቃውን ልብስ የሚስተካከለውና የሚመስለው የለም። ማዕረጉም ከቀደሙት ታላላቅ አድባራት አለቃዎች ሁሉ በላይ እንዲሆን እንዲሁም ከእርሱ በታች ካሉት ባለሥልጣኖች ሁሉ በላይ አድርጎ አከበረው። ንጉሡ እርሱን ብቻ ሳይሆን እንደ የማዕረጋቸው ሁሉንም ካህናት አከበራቸው።

በየወሩ ለእግዝእትነ ማርያም በዓላት እንዲሁም ለሰማዕታትና ለጻድቃን በዓላት ቀኖች ሁሉ መዘከሪያ የሚሆን ብዙ እንጀራና ብዙ ጠጅ ፍሪዳዎችንና በጐችን በብዛት ሠጠ። ካህናቱ ደስ ብሏቸው ሐሴትን እንዲያደርጉ በመንግሥተ ሰማያትም የአገልግሎታቸውን ዋጋ እንዲያገኙ ይህን ሁሉ ሥርዓት ለእመቤታችን ቤተ ክርስቲያን ለአትሮንሰ እግዝእትነ ማርያም ንጉሣችን በእደ ማርያም ሠራ።

የነገሥታቱን አስከሬንም ከየተቀበሩባቸው አድባራት አስመጣ። የንጉሥ ቴዎድሮስን አስከሬን ከመርሐ ቤቴ፣ የንጉሥ ግርማ አስፈሬን ከአሠሮ፣ የአጽ ይኩኖ አምላክን አስከሬን ከይኩኖ አስመጣ። የሌሎችንም ነገሥታትና ጳጳሳት አስከሬን ቁጥራቸው አስራ ስምንት የሚሆኑትን ከየተቀበሩባቸው አድባራትና ገዳማት በማስመጣት በውስጧ እንዲቀመጥ አደረገ።

ዳግመኛም የነገሥታቱንና የጳጳሳቱን አጽም ምንም ሳይጐድልባቸው ለየብቻቸው በክብር አስቀመጠ። ከዚያው እያለም የተክለ ኢየሱስን አጽም ከደብረ ነጐድጓድ እንደያመጡት አዘዘ። ይህ ተክለ ኢየሱስ መዝሙረ ዳዊት ያስተማረው መምህሩ ነውና በጣም የሚወደው መምህሩ ነበረ። የተክለ ኢየሱስ ትውልዱ ከጻሰርጌ ተወላጅ ባለወጐች ከሆኑት የአብሳዲ ልጅ ነው።

አጽሙኑ በጣም በሚያምር ነጭ የሐር ልብስ አለበሰው። ከፍቅሩ ጽናት የተነሳ ጽኑዕ ፍቅሩን ለመግለፅ ከዚያም አስከሬኑን ቀድሞ ወደ ነበረበት ወደ ደብረ ነጐድጓድ መለሰው። ለእናቱም አምሳ ወቄት ወርቅ ሰጣት። መላው ዘመዶቹንም በብዙ የተለያዩ አልባሳት አስጌጣቸው። በውጭና በውስጥ እጅግ ታማኞቹ አደረጋቸው። እጅግ በጣም አድርጐም ወደዳቸው። ይልቁንም ማርቆስ የተባለውን በሁሉም ነገር ታማኝ አደረገው። በአባቱ በንጉሣችን በንጉሥ ዘርአ ያዕቆብ ዘመነ መንግሥት ሸፍተው የነበሩትን አምባ ነሐድን፣ ጸጋይንና ከንቲባውን በመያዝ ወደ ጸለምት በላኩት ጊዜ እነዚህ ሸፍተው የነበሩትን እርሱ አሳምኖ ከንጉሣችን ከበእደ ማርያም ጋር ቃል ኪዳን አስገብቶ አምነው እንዲገቡ ያደረገና ቀድሞ ያቃጠሏቸውን አብያተ ክርስቲያኖችም መልሰው እንዲገነቧቸውና ወደ ክርስትናም እንዲመለሱ ያደረገና አዲስ የጨዋ ሠራዊት በዚያ እንዲሠራላቸው ያደረገ እርሱ ነው።

የእመቤታችን ቤተ ክርስቲያን የአትሮንሰ ማርያም የክብር ሥነ ሥርዓት ከተፈጸመ በኋላ ንጉሣችን በእደ ማርያም ወደ ጀግና[140] ምድር ሄደ። በዚያም ሥርዓተ ቍርሐት አደረገ። ሠራዊቱ ሁሉ በዚች ዕለት የክብር ልብሳቸውን እንዲለብሱ ጠየቀ።

በትእዛዙ መሠረት መላው ሠራዊት ነጭ ልብስ መልበሳቸውን ነገሩት። እርሱም ባለወጐችንና ካህናቱን ሁሉ አስቀርቦ ሽልማት አደረገላቸው። የእርሱ ተከታዮች የሆኑትንም ለየብቻቸው ሸለማቸው። የክብር ድንኳኖችንም ከአባቱ ድንኳኖች የበለጡ ብዙዎች አደረገ። ባለቤቱ ዣን ሰይፋንም እንደ ወግና እንደ ሕጉ በዚች ዕለት ሥርዓተ ቍርሐት አደረጉላት። በዓይኔ ግን አላየሁም። በዚያ ቁሜ ሳለሁ ምስጢራዊ የሆነውን ሕጋቸውን እንዳላይ በፊቴ መጋረጃ ጋርደውበት ነበርና።

ከንጉሡም ግምጃ ቤት ብዙ የተለያዩ ሽልማቶችን አመጡላት። አርዕድ አንቀጥቅጥ የሚባል ከወርቅ የተሠራ የራስ ዘውድ፤ የጆሮ የወርቅ ጉትቻ፤ የእጅ የወርቅ አንባር፤ ጀኮት የእግር የወርቅ አልቦንና የአንገት ወርቅ የተለያዩ ጌጣጌጦች ያሉት ዝርግፍ ወርቅ ይህን ሁሉ በአንድነት ለግራ በአልቴሐት ሰጣት። ይህን የመሰለ ሥርዓተ ቍርሐት ለዚች ግራ በአልቴሐት ብቻ ተደረገ እንጂ ለሌሎች ንግሥቲቶች አልተደረገም።

ሥርዓተ ቍርሐትን ከፈጸመ በኋላ ንጉሡ በታላቅ ግርማና በሆታ ታጅቦ መኳንንቱን አስከትሎ ሠራዊቱን በቀኝና በግራ እጅ ከበውት ግራ በአልቴሐትን በኋላዋ ተከትላውት ነበር። ከእርሷም በኋላ አጀብ አላት። በዚያች ቀኝ የንግሥትነት ማዕረግ የሰጣት እሌኒ ንግሥት ነበረች። ንጉሡን ወደ ክብር ድንኳኑ ካስገቡት በኋላ የግራ በአልቴሐትም ወደ ቤቷ ገባች። ንጉሡን አጅበው ወደ ድንኳኑ ያስገቡት የቀኝ ብሕት ወደድና የግራው ብሕት ወደድ ነበሩ። ከንጉሡ ጋር በአጃቢነት በግራና በቀኝ ተሰልፈው የነበሩት ሠራዊትም ሁሉ እንዲሁ ግራ በአልቴሐትን አጀበዋት ወደ ድንኳኗ አስገቧት።

አንበሳ ጠባቂዎችም ከአንበሶቻቸው ጋር ብዙ የፋኖስ መብራቶች አብርተው ለንጉሥ እንደሚደረገው ሥርዓቱንና ወጉን አሳዩ። ለአሒ ገብሩም ዙፋን እስከ ዞር ድረስ የሐር ግምጃ መነሳንስና የሰንደቅ ጨርቅ ለንጉሥ እንደሚደረገው ሕግ መሠረት ይዞ እንዲዞር ሰጠው።

ከዚህ በኋላ ብዙ የማዕድ ግብር መጣላቸው። በየማዕረጋቸው አቀረቡላቸው። ለአንበሶቹም የቀንድ ከብቶች ከእነሕይወታቸው ሰጧቸው። በተሰበሰበው ሕዝብ ፊት እነዚያ አንበሶች ከብቶቹን ሰብረው ገደሏቸው። ለአንበሳ ጠባቂውም ሽልማት ተሰጠው። ለሌሎች ሹማምንትም የሚገባቸውን ሽልማት ተሸለሙ።

140 የመጀሪያው የንጉሡ ታሪክ ጸሐፊ ጅጅኖ ሲል የአትሮንስ ማርያም ብራና ድጅኖ ይለዋል።

እሌኒ የምትባለው የቀኝ በአልቴሐት ንግሥት ንጉሡ በጠባይዋና በቁም ነገራምነቷ በጣም ወደዳት። በሁሉም ነገር ፍጽምት ናትና በእግዚአብሔር መንገድ በመንዝ እውነተኛ ሥራ በመስራት በጾም በጸሎት በቁርባን የተወሰነች ናትና በዓለሙም ሥራ በምግብ ዝግጅት በአእምሮ ዕውቀት መጽሐፍትን በማወቅ ምክር በማቅረብ በሁሉም አስተዋይነት የምትሠራ ናት። ስለዚህም ንጉሡ በሁሉም ነገር ንግሥታችን እሌኒ በጣም አድርጎ ወደዳት። እንደ እናቱም አድርጎ ተመለከታት።

ንጉሡ በዚያ እያለ ለሁለተኛ ጊዜ የአምሐራውን ሰው ሁሉ ከመጀመሪያ አንስቶ እስከ መጨረሻ በሥርዓተ ቊርሐት ጊዜ የሚደረገውን ቡራኬ ጠየቃቸው። እነርሱም አሁን ለንጉሡ የሚያደርጉትን ሥርዓተ ቡራኬ ሁሉ ነገሩት። ንጉሡም እነዚህን ባለወጐች ጠራቸው። በርኖሳቸውን ለበሱ። ከእርሱ ጋር አብሮ አስቀመጣቸው። ሕጋቸውና ወጋቸው እንደዚህ ነውና በመካከላቸውም የቆሙ ሌሎች ሰዎች አልነበሩም። ከገብረ ዋሕድና ከማርቆስ በቀኝና በግራ፤ በራስጌና በግርጌ ቆመው ንዝሁን ከሚጠብቁና ከአዛዡ ተክለ ማርያም በስተቀር ከዚህ በኋላ እነዚህ የአምሐራ ባለወግ ሰዎች እንደ ሕጋቸውና እንደ ሥርዓታቸው ንጉሡን ባረኩት።

ከዚያም በኋላ ንጉሣችን ወደ አትሮንስ ማርያም ተመልሶ በዚያ ሁለት ዓመት ተቀመጠ። ከዚያ በኋላ ወደ ምድረ አንጎት ሄደ። በዚያም ቤተ ክርስቲያን ተከለ። ስሟንም ደብተራ ማርያም ብሎ ሰየማት። ሁለተኛም ወደ ምድረ ዶብአ ለመሄድ በፈለገ ጊዜ ንግሥቲቱን በአይዳ ምድር በዚያ እንዲቀመጡ አደረገ። ሌሎቹን እንግዶች ደግሞ ከጻሰርጌ ማርያም ጋር በመንበረ ማርያም ውስጥ አብረውት እንዲቀመጡ ትእዛዝ ሰጠው። በዚያ የቀሩትን ሰዎች ዘመቻ እንዲያስተባብር፣ እንዲያዝና ከተማውንም እንዲቆጣጠር ሹሞታል።

ከዚያ ንጉሣችን በእደ ማርያም ከዚያ አልፎ ከወታደሮቹ ጋር ዶብአ ደርሶ ከዶብአ ሰዎች ጋር ጦርነት ገጠመ። በመጀመሪያ እነዚያ ወንጀለኞቹና ከዳተኞቹ አይለው ከክርስትያኑ ወገን ብዙ ሰው ገደሉ።

በኋላ ግን እግዚአብሔር በአነገሠው ላይ አድሮ በንጉሥችን በእደ ማርያም እጅ እንዲወድቁ አደረጋቸው። ጸሎቱን ሰምቶ ስእለቱንም ተቀብሎ የእሱን ብቻ ሳይሆን የቅዱሳኑንም ሁሉ ጸሎት ሰምቶ እርሱ አስቀድሞ ከመዝመቱ በፊት ጸሎተ ምሕላ እንዲያደርጉ ለተመረጡት ቅዱሳን ሁሉ አደራውን ሰጥቷቸው ነበርና። በእርሱና በእነርሱ ጸሎት በሕሊናው እንደተመኘው ድል አድራጊነቱን ሁሉ ለእርሱ አደረገለት።

በእነዚህ ከዳተኞች ሀገርም ቤተ ክርስቲያን አሳነጸ። ለዚያች ለተከላት ቤተ ክርስቲያንም ብዙ አልባሳትና ገንዘብ ሰጠ። ሌሎች አብያተ ክርስቲያናትንም ተክሎ እንዲሁ አደረገ። ለደብረ ሊባኖስ መምህር ለአባ

መርሐ ክርስቶስም ብዙ ገንዘብ ሰጣቸው። ያን ጊዜ የሰጠው ገንዘብ ፳፻ ወቄት ወርቅ ነው። ለገዳሙ ቤተ ክርስቲያን አገልግሎት እንዲሆን ለደብረ ዳሞ ገዳም ደግሞ ፪ ግምጃ ፳፻ ወቄት ወርቅ ሰጠ።

ለሌሎቹ ገዳማትና አድባራት የሰጠውን ወርቅና ገንዘብ ግን ቁጥሩን አላውቀውም። ለእርሱም እግዚአብሔር ዋጋውን ሰዎች በዓይኖቻቸው ያላዩትን በጆሮዎቻቸው ያልሰሙትን አብዝቶ ይሰጠው። አሜን። ለልጁ ለልብነ ድንግልም እንደእርሱ ጠላቶቹን ሁሉ ድል አድርጐ ለመጨረስ ዘወትር ይርዳው። በክንፈ ረድኤቱ አቅፎና ደግፍ ከሠራዊቱ ጋር ዘወትር ይርዳው። አሜን። ንጉሣችን በእደ ማርያም በአምሐራ ምድርና በዶብአ ምድር በጠቅላላው ፲ ዓመታት ያህል ከኖረ በኋላ በታላቅ ደስታ በሰላም ተመለሰ።

በጾሙ ወራት ሸዋ ደረሰ። በሆሣዕና ዕለትም ምድረ ዛንጎ ገባ። ቀድሞ በእርሷ ነበርና በውስጧም አድጐባታልና በዚያም ድንጋዮቿንና ዕፀዋቶቿን ልብስ አለበሳቸው። ዳግመኛም ከዚያች ምድር ጥቂት ጊዜ ከተቀመጠ በኋላ ወደ ወጅ ሄደ። በዚያም ታላቅና በአማረ ሰቀላ ቤተ መንግሥት [አዳራሽ] እንዲሠሩ ትእዛዝ ሰጠ። ሥራውም በጣም የአማረ እንዲሆን ነገራቸው። ሰዎች ሁሉ እርሱን ለማየት በፈለጉ ጊዜ ገንዘብ ይከፍሉ ነበር።

ንጉሣችን በዚች በምድረ ወጅ አራሪ በምትባል ስፍራ እያለ መሐሪ ክርስቶንና ገብረ ኢየሱስን ብዙ ሽልማት ሰጥቶና ከብዙ የጨዋ ሠራዊት ጋር አድርጐ የራሱንም ጠባቂ ወታደሮች ጨምሮ ወደ አደል ምድር ወርደው ከአመጹት ጋር እንዲዋጉ ትእዛዝ ሰጥቶ በታላቅ ክብር ላካቸው።

እነዚህ የተላኩት ስምምነት ስላልነበራቸው ወደ አደል ምድር ወርደው ባደረጉት ጦርነት እግዚአብሔር ለድል አላበቃቸውም። የአደል ሰዎች ለጦርነት መጡ። ጦርነቱም ተጀመረ። የክርስቲያን ወገኖች የሆኑ ተዋጊዎችም ያን ጊዜ ሸሹ። መሐሪ ክርስቶስ ከተከታዮቹ ጐን መጀመሪያ ለጦርነቱ ግንባር ቀደም ሆነ ድል ተመታ። ዳግመኛም ገብረ ኢየሱስ ከተከታዮቹ ጋር ተዋጋ፣ ድል ሆነ። ሁሉም አለቁ። አንዳችም አልተመለሱም። እግዚአብሔርን በመፍራትና በስምምነት አልሄዱምና።

እንደዚህ ባለ ሁኔታ ድልም መመታታቸውንና ማለቃቸውን ንጉሡ በሰማ ጊዜ አምርሮ አዘነ። መሐሪ ክርስቶስንም ሆነ ገብረ ኢየሱስን ይወዳቸው ነበርና። ይልቁንም መሐሪ ክርስቶስን ከልቡ ይወደው ነበር። ከቀድሞ ጀምሮ ታማኝ አገልጋይ ነውና። በንጉሡ ፊት የሚስተካከለው ሰው አልነበረም። በእነርሱ ማለቅ ምክንያት ንጉሣችን በእደ ማርያም ስለነፍስ ድህነት ለደኃዎች ምጽዋት ሰጣቸው። በሚወደው በጸሐሰርጌ ማርቆስ እጅ ለቅዱሳን መናንያን ፪ሺህ ወቄት ወርቅ እንዲሰጥለት ወደ ትግራይ ትእዛዝ ላከው። ለደብረ ሊባኖስ መምህር ለአቡነ መርሐ ክርስቶስም ፳፻ ወቄት ወርቅ

ሰጣቸው። ለሌሎቹ ቅዱሳን አባቶችም በእግዚአብሔር ፊት ታዛዥነቱን በመግለጽ ብዙ ምጽዋት ሰጣቸው። ስለነፍሳቸው ብለው ሕይወታቸውን ለሞት አሳልፈው በመስጠት መስዋዕት ለሆኑት ለእነዚህ ወገኖቹ ለነፍሳቸው ድነት ይሆን ዘንድ [ምጽዋት ሰጠላቸው]።

ከወጅ ሥር ካሉ አራሪና አባሲ ዌራ ገበያ ከሚባሉት ስፍራዎች በስተቀር ከዚህ በኋላ ወደ ሌላ ሀገር አልሄደም። በዚያም እያለ ይህ ንጉሣችን በእደ ማርያም በነገሠ ፲ቱ በተወለደ በ፴ ዓመቱ አረፈ።

እግዚአብሔር ዕድል ፈንታውን ርስቱን ጻድቁንና ሃይማኖቱ ከቅዱሳን ሰማዕታት ከቅዱሳን ጻድቃን ጋር ያድርግለት። አሜን። ለልጁ ለልብነ ድንግልም ረጅም የዕድሜ ዕለታትንና ዓመታትን እግዚአበሔር ይስጠው። በልቡናውም ውስጥ ደስታንና ሐሴትን ይሙላለት። አሜን። አሜን። ከእርሱም በኋላ ልጁ እስክንድር ነገሠ።

የንጉሥ በእደ ማርያም ዜና[141]

ከዚህ በኋላ መላው የጨዋ ሠራዊት የሆኑት ሁሉ በህዳር ወር ተሰብስበው እርሱ ወደ አለበት ተከተው እንዲደርሱ ትእዛዝ ሰጠ። እነርሱም እንደጠራቸውና እንዳዘዛቸው ተከተው ገቡ። ቀደም ሲል ገራድ ገብረ ኢየሱስ አምጥቶ አሳሰሯቸው የነበሩት የጨዋ ሠራዊት የአደልን ጦርነት እኛ ባወቅነውና በተረዳነው መሠረት መንገዱን እንመራለን ባሉ ጊዜ ከእስራት ፈታቸው። ያን ጊዜ ንጉሣችን በእደ ማርያም ሰቀላ ከተባለው ቤተ መንግሥቱ ወጥቶ ከከተማው ራቅ ብሎ ወደ ተሠራው አጎበር ተብሎ ወደ ሚጠራው ታላቅ ቤተ መንግሥቱ ሄደ። ይህም ቤተ መንግሥት ሥራው በጣም አስደናቂ የሆነ ምሰሶዎቹም ወፋፍራምና ረጃጅሞች የሆኑ አስደናቂዎች ነበሩ። በላዩም ላይ ኮከብ የሚባል የተለያዩ ህብረ ቀለማት ያለው ሠርቅ ቤተ መንግሥቱን አለበሱት። በአጎበር አምሳል የተሰፋ ልብስ ነው። በቤተ መንግሥቱ ውስጥ ታላቅ ዙፋን አስገቡለትና ከዚያ ላይ ንጉሣችን በእደ ማርያም ገብቶ ተቀመጠ።

ክርስቶስን የግራውን ሹም ገብረ ኢየሱስን እንዲያቀርቧቸው ትእዛዝ ሰጠ። መላውን የጨዋ ሠራዊትም ጭምር እንዲመጡና እንዲሰበሰቡ በሰጠው ትእዛዝ መሠረት ተሰበሰቡ። ከእነዚያ ማርከው ከአመጧቸው ገራዶች ጋር በአንድነት አምጥተው በንጉሡ ፊት አቆሟቸው። ያን ጊዜ ንጉሡ ግማሹን የጨዋ ሠራዊት ለመሐሪ ክርስቶስ ግማሹን ደግሞ ለገብረ ኢየሱስ እነዚያን

141 ከንጉሥ እስከንድር ታሪክ መጨረሻ ላይ የተጻፈ ሲሆን የታሪኩን ሂደት ለመረዳት እንዲሚች በንጉሥ በእደ ማርያም ታሪክ ውስጥ አካተነዋል።

ተማርከው የመጡትን የእስላም ገራዶችንም እንዲሁ መንገዱን በሚያውቁት እንዲመሩ አካፍሎ ለግራውና ለቀኙ ብሕት ወደድ ከመደበላቸው በኋላ አደል ምድር ለየብቻቸው እንዲዘምቱ ላካቸው።

ከዚህ በኋላ ንጉሡ ወደ ቤተ መንግሥቱ ተመለሰ። ያን ጊዜ አባ ሚካኤል የሚባሉ የደቅና የደብረ መለጎ ገዳማት መምህር ለንጉሡ ጌታዬ ሆይ መሓሪ ክርስቶስንና ገብረ ኢየሱስን የጨለማ ዳማና ሲሸፍናቸውና ውጦ ሲያስቀራቸው በሕልሜ አይቻለሁና ይሄዱ ዘንድ አትተዋቸው። ትእዛዝ ሰጥተህ እንዲመልሷቸው አድርግ እንጂ ብለው ተናገሩ።

ለንጉሡ የተናገሩትን እነዚያን መነኮሳት ይህን ነገር በመናገራቸው ምክንያት አስረው ወደ ዝዋይ ሐይቅ ደሴት አጋዟቸው። ወደ አደል የዘመቱትም በታህሣሥ ወር በእስላሞቹ ድል ሆነው በሙሉ አለቁ። የማለቃቸውንም ዜና ገብረ ኢየሱስም ሆነ መሓሪ ክርስቶስ አብረዋቸው ከዘመቱት መላ ሠራዊት ጋር ማለቃቸውን ለንጉሡ በነገሩት ጊዜ ስለእነርሱ ንጉሡ በጣም አዘኑ።

ንጉሡም ከዚያው ከከተማው እያለ የጥምቀትን በዓል አከበረ። በዓለ ትንሣኤንም ከዚያው ዋለ። አባ ሚካኤል የሚባሉት መነኩሴም ራእያቸው እውነተኛ ራዕይ በመሆኑ ከግዞት ተመለሱ። ከዚያ በኋላ ንጉሡ ከዚያ ተነስቶ ገበርጌ ወደ ሚባለው ሀገር ሄዶ ተቀመጠ። በዚያም እያለ ቀለዮጳ የተባለው ልጅ ተወለደ። ከዚያም ናኦድ ተብሎ ተሰየመ። ንጉሡም ከዚያ ተነስቶ ምድር ጠንጣር ወደ ሚባለው ሀገር ሄደ። የክረምቱን ወራትም ከዚያ አሳለፈ። በዚያም ቦታ እያለ በደዋሮ ያሉት ዣን ጸገና የሚባሉት የጨዋ ሠራዊት የገራድ አለቆቻችን ጭንቅላት ቆርጠው አምጥተው ለንጉሡ አቀረቡለት፤ ባሕር ነጋሽን የገደለው እሱ ነውና።

የክረምቱ ወቅት ባለቀ ጊዜ ንጉሡ ማቴዎስ የሚባለውን የገንዙን ገራድ በቀደመው ሥርዓት መሠረት በዚያ እንዲያድጉ ለማድረግ በማሰብ ሕፃናቱን ወደ [በ]ገንዛ[142] በምድር እንዲወስዳቸው አዘዘው። ንጉሣችን ግን ከዚያች ምድር ተነስቶ ምድረ አራራ ወደሚባለው ሀገር ሄደ። በዚያች ሀገር ለጥቂት ጊዜ ተቀመጠ። የበዓለ ጥምቀትንም ሥርዓት በዚያ (አከበረ)። በዚህም ጊዜ ከነገሠ 7 ዓመት[143] ሞልቶት ነበር። ከዚህ በኋላ የተደረገውንና የተሠራውን ሥራ ሁሉ ግን እኔ ላውቀውና ልገነዘበው አልቻልኩም። የሕፃናቱን ሞግዚት ሆኜ እንዳሳድጋቸው ከእነርሱ ጋር እንድኖር ከሕፃናት ልጆቹ ጋር ልኮኛልና። አቤቱ ፈጣሪ እግዚአብሔር ሆይ ቀብተህ ያነገሥከውን በእደ ማርያምን ኃጢአቱንና በደሉን ሁሉ ሳታስብ ከበደልና ከኃጢአት ሥራ ሁሉ ንጽሕት ስለሆነችው ስለ ቅድስት ድንግል ማርያም ብለህ ወደ ለመለመችው ቅድስት

142 ገንዝ

143 1467 ዓ.ም.

ሀገር አስገብተህ አኑረው። አሜን። አቤቱ ስለቅዱስ ሥጋህን ስለክቡር ደምህ ብለህ ማረው። ይቅር በለው። አሜን ይሁንለት። ይደረግለት። ልጁን ልብነ ድንግልን የጥበብና የምክር መንፈስ ዘወትር በልቡናው ውስጥ ሙላለት፤ ትእዛዝህን ይፈጽም ዘንድ ዘመኑንም የዘመናት ቁጥር እስኪፈፀም ድረስ አድርግለት። ይህም ሲሆን ያለ ጭንቀትና ያለሐዘን አድርግለት። ጠላቶቹንም ሁሉ ከምድረ ገጽ ነቅለህ አጥፋለት። አሜን። አሜን። ይሁን። ይደረግ።

የንጉሥ እስክንድር፣ አምደ ጽዮንና ናኦድ ታሪክ

(1470-1500)

፭. የንጉሥ እስክንድር ዜና

(1470-1485)

አጼ በእደ ማርያም ከአረፈ በኋላ በሕይወት እያለ ፈጣሪየ እግዚአብሔር ወዶታልና ከእኔ ዕረፍት በኋላ ልጄን እስክንድርን አንግሡት ብሎ ሲናገር ሰምተናልና እርሱ በአዘዘው መሠረት ይንገሥ በማለት ኑዛዜውን የእግዚአብሔርን ስም ጠርተው ሰዎች የምስክርነት ቃላቸውን ሰጡ። በኑዛዜው መሠረት ከበእደ ማርያም በኋላ ልጁን እስክንድርን አነገሡት። ንጉሣችን እስክንድርም ቸር፣ ንጹሕና የዋህ የሆነ ሕጻን ነውና ዕድሜውም ትንሽ ነውና ወዲያው እንደ ነገሠ በአባቱ በበእደ ማርያም ዘመነ መንግሥት ወደ አምሐራ ሀገር አግዘዋት የነበረችውን እናቱን ከግዞት ከአለችበት ከአምሐራ ሀገር ፈተው እንዲያመጡለት ትእዛዝ ሰጠ።

የታዘዙት ሰዎች በፍጥነት በደስታና በሐሤት ከተጋዘችበት ከአምሐራ ሀገር አምጥተው ከንጉሡ ፊት አደረሷት። ለንጉሥ ዘርአ ያዕቆብ እናት ለእግዚእ ክብረ እንደተደረገው ሥርዓተ ቍርሐት[144] አደረጉላት። ጽራግ ማስራ[145] ሊቀ ደብተራው ቄሰ ሐፄው[146] እንደ ወጋቸው ባረኳቸው። መረቋቸው። ያን ጊዜ ዓቃቤ ሰዓቱ ተስፋ ጊዮርጊስ ይባላል። ግራ ብሕት ወደድ ደግሞ ዓምደ ሚካኤል ሲሆን ቀኝ ብሕት ወደድ በድል አርዕድ ነበር።

የንጉሣችን የእስክንድር ዘመነ መንግሥት በየአገሩ ሁሉ ደስታና ሐሴት የበዛበት ጸጥታ የሰፈነበት ነበር። በዚያ ጊዜ የንጉሡ እናት ሮማነ ወርቅ ዓቃቤ ሰዓት ተስፋ ጊዮርጊስና ብሕት ወደድ አምዱ [ዓምደ ሚካኤል] እነዚህ ሦስቱ ሕግ በማምጣትና በአስተዳደር ሥራ ሁሉ ስምም ነበሩ። በዚያ ወቅት ንጉሡ እስክንድር የኢትዮጵያን ሥርዓተ መንግሥትና የኢትዮጵያንን ሥርዓትና ወግ ሁሉ አያውቅም ነበር። በዚያ ጊዜ ዕድሜው ገና ሕጻን ልጅ ነበርና።

ከጥቂት ጊዜ በኋላ አባ አምዱ፣ አባ ሐሰቦና አባ መጽድቁ የሚባሉ ሦስት መነኮሳት ብሕት ወደድ ዓምደ ሚካኤል መላውን የኢትዮጵያን ግዛት ብቻውን ሲገዛ ባዩ ጊዜ በቤተ መንግሥቱ ሁከት እንዲነሳ አደረጉ።

144 የንጉሥ ዘርአ ያዕቆብ ታሪክ ጸሐፊዎች ግን ይህን ክስተት አልጻፉትም። ይልቅ የንጉሥ በእደ ማርያም ግራ በአልቲሐት ይህ ሥርዓት እንደተደረገላት ከታሪክ ነገሥቱ እንረዳለን።

145 ጽራግ ማሰሬ

146 ሐጼ

በዚህም ምክንያት የሁከቱ ተሳታፊዎች ሁሉ እየተያዙ ከባድ ግርፋት ከተገረፉ በኋላ ወደ ግዞት ቤት ላኳቸው። ከእነርሱም መካከል በመንገድ የሞቱ አሉ። ከሞት ተርፈው ወደ ግዞት ሥፍራ የደረሱም አሉ። ከዚህ በኋላ ንጉሣችን እስክንድር የለባሳ ወደሚባለው የአባቱ ቦታ ሄደ የቀደሙት አባቶች እንደሚያደርጉት ሥርዓተ ቍርሐቱን ፈጸመ። በዘመነ መንግሥቱ ከቅድስት ሀገር ከኢየሩሳሌም[147] ጳጳሳት መጡ። ካህናት በዙ፤ አብያተ ክርስቲያናትም ታደሱ፤ በየአውራጃውም ተድላና ደስታ በዛ።

ንጉሣችን እስክንድር ከሸዋ ተነስቶ ወደ አምሐራ ሀገር ሄደ። ቦታዎቹን ሁሉ ጐበኘ። ቅዱሳን ገዳማትን ገነት ጊዮርጊስን፣ አትሮንስ ማርያምን፣ ደብረ ነጎድጓድን እነዚህን አብያተ ክርስቲያናት ዙሮ ከተሳለመ በኋላ ህዳር ፲፪ ቀን የአባቱን ተዝካር አዘከረ። የቅዱስ ሚካኤልንም በዓል አከበረ። ያችን አትሮንስ ማርያም የምትባለውን ቤተ ክርስቲያን አባቱ በእደ ማርያም የሕንጽዋን ሥራ ሳይፈጽም ጀምሯት ስለ ሞተ፤ ንጉሣችን እስክንድር የሕንጻዋን ሥራ አዞ እንዲፈጸም ከአደረገ በኋላ ወደ ሸዋ ተመልሶ መቀመጫውን በሸዋ ውስጥ አደረገ።

እርሱ ንጉሣችን እስክንድር ኃይልን የተመላ የጦርነት አመራርን የተማረ ጀግና ንጉሥ ነው። የጦር ስልቶችን ሁሉ ያውቃል። በፈረስ ላይ ተቀምጦ በቀስት የመንደፍ በጦር ወርውሮ የመውጋት ችሎታውና ዕውቀቱ ተወዳዳሪ የለውም። እንደገናም በቸርነት በኩል ደግሞ መሐሪና ይቅር ባይ ልቡ ርህሩህ መልካምን ነገር የሚወድና ክፉውን የሚጠላ ደግ ንጉሥ ነው። ነገር ግን ወታደሮቹ አገሩን ሁሉ አጠፉ። ደኃውን ሕዝብም አስለቀሱ። እርሱም የደኃውን ሕዝብ ጩኸት ሰምቶ እንደሌሎቹ ነገሥታት ወታደሮቹን መቅጣትና ሥነ-ሥርዓት ማስያዝ አልቻለም። ችላ አላቸው በዚህ ምክንያት እግዚአብሔር ተቆጥቶት በዓመቱ ንጉሥ እስክንድር በየአገሩ ያሉትን ወታደሮቹን እንዲሰበስቡ ከአደረገ በኋላ ቅዱሳን የሆኑ የበቁ አባቶች ወደ አደል ምድር መዝመቱ ይቅርብህ የምታገኘው መልካም ውጤት የለም ቢሉት ምክራቸውን ችላ ብሎ ሠራዊቱን አስከትሎ ወደ አደል [ዘመተ]።

ደካርም ደርሶ ቤታቸውንና መስጊዳቸውን አቃጥሎ ዘርፎ ሲመለስ፤ እስላሞቹ ተከትለው ውጊያ ከፈቱ ቁጥራቸውም ጥቂቶች ነበሩ። በጦርነቱም ጊዜ የንጉሡ ሠራዊት ትተውት ሸሹ። ከእነርሱም የሞቱ አሉ። ሸሽተው ያመለጡና የተማረኩም አሉ። ንጉሡን ግን በመላእክቱ ክንፎች ጋርዶ በሰላም ወደ ቤተ መንግሥቱ እንዲመለስ እግዚአብሔር ረዳው። ከዚህ በኋላ ንጉሣችን እስክንድር እያዘነ እየተከዘ ኖረ። ዳግመኛ ወደ አደል ዘምቶ እነዚያን ጠላቶቹን ለመበቀል አሰበ። ነገር ግን ሐሳቡ ሊሳካለት አልቻለም። አልሆነለትም። በሐሳብ ብቻ ቀረ። ከዚያም በኋላ ሁሉን ችላ

147 ጸሐፊው ተሳስቷል። ጳጳስ ከግብጽ ከመንበረ አሌክሳድርያ እንጂ ከኢየሩሳሌም አይመጣም።

ብሎ በራሱ እጆች ቤተ ክርስቲያን አነጸ። ስሟንም ደብረ ምሥዋዕ ብሎ ሰየማት። ከሌሎች አድባራት በላይም አድርጐ አከበራት። ካህናቶቿንና የቤተ ክርስቲያኒቱ አስተዳዳሪ አድርጐ የሾሞቸውን በጣም አድርጐ አከበራቸው።

ከዚህ በኋላ ከዕለታት በአንድ ቀን በቤተ መንግሥቱ ተቀምጦ ሳለ ሰዎች ወደእርሱ መጥተው የምትወደው አገልጋ ይህን ተክላይ አርሆ ሰዎች ገደሉት ብለው ነገሩት። ንጉሡ እስክንድርም በምሽት ተነስቶ እነዚያ ወንጀለኞች ወደ አሉበት ሄደ። እግዚአብሔር ፈርዶባቸዋልና የአርሆ ሰዎችም ንጉሡ መሆኑን ሳያውቁ ሌሎች ሰዎች ሊገጥሟቸው የመጡ መስሏቸው በተክላይ የፈጸሙትን ግድያ በማሰብ በጨለማ በቀስት ነድፈው ንጉሡን እስክንድርን ገደሉት። እርሱም በወርኃ ግንቦት በቀን 12 በነገሠ በአስራ አምስት ዓመት ከስድስት ወር አረፈ።

በዚህም ምክንያት እነዚያን የአርሆ ሰዎች ከእነሚስቶቻቸውና ከእነልጆቻቸው ገደሏቸው። የንጉሣችን የእስክንድርን አስከሬን ወደ መቃብሩ ከመሄዱ አስቀድሞ ዘሥሉስ አብረውት የነበሩትን ተባባሪዎች አስጠብቆ እርሱ የፈለገውን ለማንገሥ ወደ አምሐራ ሀገር ሄደ። የንጉሣችን የእስክንድርን አስከሬን ከአለበት ቦታ ሰዎች አንስተው እንዳይወስዱትና ማንንም እንዲያሳልፉ የምችግ ሰዎችን አዘዘ። ወደ አምሐራ ሀገር ሄደው ያሰበውን ሰው አነገሠ። በቤተ መንግሥቱ በሸዋ የቀሩት መኳንንት ደግሞ የእስክንድርን ሕጻን ልጅ አነገሡ።

፪. የሕጻኑ ዳግማዊ ንጉሥ አምደ ጽዮን ዜና

ከዚህ በኋላ ንጉሥ አምደ ጽዮንን ያነገሡት የቤተ መንግሥት ሰዎች ጦር አዘጋጅተው ወደ አምሐራ ሀገር ዘሥሉስ ወዳለበት ሄደው ከዘሥሉስና ከነገሠው ጋር ጦርነት ገጠሙ። በአምሐራ ሀገር የነበሩት የእስክንድርም ወታደሮች ስለረዷቸው ዘሥሉስንና ተባባሪዎቹን ያነገሠውንም በጦርነት ገድለው ወደ የቦታቸው ተመለሱ። የንጉሥ እስክንድርን አስከሬንም ዘስሉስ እንዳዘዘው ሦስት ቀን በምችግ ውስጥ ከአስቀመጡት በኋላ አስከሬኑ ከዚያ እንዳይወጣ የተከለከሉት ሰዎች እራሳቸው ተሸክመውት ወደ አባቱ መቃብር አትሮንሰ ማርያም ወስደው ቀበሩት።

ተክለ ክርስቶስ የሚባለውም ከተከታዮቹ ጋር ያለቅስለት ዘንድ ከዚያ መጣ ከእነዚሁ የተሰጠውን ሽልማትም አምጥተው አለበሱት። እነዚያን ከዘሥሉስ[148] ጋር የተገደሉትን ሰዎች አስከሬን ሰው ሁሉ እንዲያየው ወደ የአገሩ እንዲወስዱት ተክለ ክርስቶስ አዘዘ። ከዚህ በኋላ ተክለ ክርስቶስ ከሠራዊቱ ጋር ወደ አዲሱ ንጉሥ በተድላና በደስታ ሄደ። ቀደም ሲል ከዘሥሉስ ጋር አብረው ለመሄድ መክረው የነበሩትም ሰዎች ዓይኖቻቸው በፍለጋ እንዲጠፋ ፍርድ በመስጠት ዓይኖቻቸውን አስጠፉቸው። የንጉሡ የእስክንድር ልጅ የዓምደ ጽዮን መንግሥት ጸና። ከዚህ በኋላ ጥቅምት ፳፱ ቀን ሕጻኑ ንጉሥ አምደ ጽዮን በነገሠ በ7 ወር ከዚህ ዓለም በሞት አረፈ።

አቤቱ እግዚአብሔር ሆይ ወደ አንተ አንጋጥጬ እለምንሃለሁ ቀብተህ ያነገሥከውን እስክንድርንና ልጁን ዓምደ ጽዮንን በቤትህ ውስጥ አስገብተህ በቀኝህ አኑራቸው። የገፉትን ጠላቶቹንም ግፋቸው። አሜን፡ ልጁ የሆነውንም የወንድሙ ልጅ ልብነ ድንግልንም ትእዛዝህን ሁሉ በልቡ ሳልለት። ጠላቶቹንም በኃይልህ በታትንለት። ስም አጠራሩንም ከምድረ ገጽ አጥፋለት። ለዘለዓለም። አሜን። አሜን።

148

፲. የንጉሥ ናኦድ ዜና
(1486-1500)

ከዚህ በኋላ የንጉሥ በእደ ማርያም ልጅ የንጉሥ እስክንድር ወንድም የሆነው እግዚእነ[149] ናኦድ በህዳር ወር ነገሠ። ያን ጊዜ በመላ የኢትዮጵያ ግዛቶች ሁሉ ሰላምና ጸጥታ ሆነ። ከመንገሡ በፊት አባ ዮሐንስ የሚባል አንድ አባት መነኩሴ በልጅነቱ ድንቅና ተወዳጅ የሆነው ናኦድ የሚባል ይነግሣል የሚል ቃል ከሰማይ ሲነገር ሰማሁ ብሎ ሲናገር ሰምቼ ነበር። ይህን የሰማሁትም ነገር ሳደንቀውና ስጠብቀው እኖር ነበር።

እነሆ ጊዜው ሲደርስ የአባት መነኩሴ የተናገረው የትንቢት ቃል እውነተኛና ትክክለኛ ሆኖ አገኘሁት። እንደ ትንቢቱም ንጉሥችን ናኦድ በቸርነቱና በትዕግሥቱ የተደነቀና የተወደደ ሆነ ስለሃይማኖቱ ቀናነትና ስለ ደግነቱ መላው የኢትዮጵያ ሕዝብ ሰጥ ለጥ ብሎ ተገዛለት። ከግርማ መንግሥቱም የተነሣ ትዕቢተኞች ራሳቸውን ዝቅ አደረጉ ክፉዎቹም ሸሹ። ደጋግ የሆኑ ወገኖቹም ተመኩባት።

ንጉሥ ናኦድ አትሮንሰ ማርያም ደረሰ። ወደ ሸዋ ሲመለስ ገና በጉዞ ላይ እያለ ተካ ክርስቶስ የተባለው ሰው በንጉሡ ላይ ትዕቢት አሳየ። ያለንጉሡ ፍቃድም ጨዋ የተባለውን ሠራዊት በራሱ ፈቃድ ወደ የአገራቸው አሰናበተ። ንጉሥ ናኦድም ይህን ሰምቶ ዝም አለ ጊዜውም እስኪደርስ ድረስ ታገሠ።

ሸዋም በደረሰ ጊዜ ይህ ተካ ክርስቶስ የተባለው ዳግመኛ ትዕቢትና በደልን በንጉሡ ላይ ፈጸመ። ፈረሱን አልብሶ በንጉሡ ላይ አመጽ ለማስነሳት ይሄድ ዘንድ ከወዳጆቹና ከተባባሪዎቹ ጋር ተመካከረ። ይህን የተካ ክርስቶስን ማመጽ ለንጉሡ በነገሩት ጊዜ ታገሰው። እርሱ ያሰበውን ፍጹም እኛ እንከተለዋለን። እግዚአብሔር አምላካችን ከእኛ ጋር ነውና ይረዳናል። በነገሥንበት ጊዜ በእርሱ ላይ እኛ የተንኮል ተግባር እንዳንጀምር በእግዚብሔር ስም አምሎናልና በማለት ቸል አለው፡

ከዚህ በኋላ ንጉሥ ናኦድ በቃሉ እንደ ተናገረው ይህ ተካ ክርስቶስ የተባለው ሐሳቡንና ፍላጐቱን ለመፈጸም ፈረሶቹን አሳልፎ ከተባባሪዎቹ ጋር በሌሊት ሄደ። ኢፋት በደረሰም ጊዜ በዚያ የተሠሩትን የንጉሥ ጨዋ ሠራዊት የፈፀሙ ተባባሪ ሆነው ከእርሱ ጋር በመተባበር በንጉሡ ላይ እንዲያምጹና

---

149 ንጉሣችን ወይም ጌታችን

ንጉሡን እንዲከዱ ትብብር ጠየቀ። እነዚያ የንጉሥ ጨዋ ሠራዊትም የልቡን ተንኮልና አመጸኛነቱን በመረዳት ይዘው አስረው ወደ ንጉሡ አደረሱት።

እግዚአብሔር ለንጉሥ ናኦድ ያደረገለትን አስደናቂ ኃይለ ተአምር ተመለከቱት በምህረቱና በቸርነቱ በታመነ ጊዜ የመንግሥቱን ጠላት በእጁ ላይ ፈጥኖ ጣለለት። ከዚያ አስደናቂ ተአምር የተነሳ ሕዝበ ክርስቲያኑ ሁሉ እግዚአብሔርን አመሠገኑ። በብቻው ይህን ተአምር ያደረገ የእሥራኤል አምላክ እግዚብሔር ስሙ የተመሠገነ ይሁን እያሉ ንጉሥ ናኦድም ይህን ወንጀለኛ ፈጽሞ ሊያጠፋው አልወደደም እንዲያግዙት ነው እንጂ። በዚያ በተጋዘበት ቦታ ንጉሡ ሳያዝ እስረኛ ጠባቂዎቹ ግን ዓይኖቹን አጠፏቸው።

ከዚያ በኋላ ሰዎች እርስ በእርሳቸው አንዱ ሌላውን በንጉሣችን በእስክንድር ዘመነ መንግሥት እገሌ እንዲህ ያለ በደል ፈጽሞ ነበር። እገሌ ደግሞ እንዲህ ያለ በደል ፈጽሞ ነበር በመባባል እርስ በእርሳቸው እየተወነጃጀሉ ሁከት በመፍጠር መካሰስ በአበዙ ጊዜ ንጉሡ እንዲህ የሚል አዋጅ አሰማ፤ በንጉሥ አምደ ጽዮን ዘመነ መንግሥት ጓደኛ ጓደኛውን እንደዚህ አድርገህ ነበር እንደዚህ ያለ ጥፋት አጥፍተህ ነበር ብሎ አይከሰስ። ይህን አዋጅ የጣሰ ሞትን ይሞታል የሚል ትእዛዝን አዘዘ።

ይህን አዋጅና ትእዛዝ በሰሙ ጊዜ ሕዝቡ ሁሉ ደስ አላቸው። ጥበቡንና እውነቱንም በጣም አድርገው አደነቁለት። በእውነት ሰዎች ክርክር አበዙ። በአምደ ጽዮን ዘመን ያላጠፋና ያልበደለ ሰው አልነበረም። ንጉሡ ይህንን ትእዛዝ ማውጣቱ መልካም አደረገ እያሉ ተናገሩ። ርስቱን በግፍ ያለ ፈርድ ለተቀማሰው ግን ፍትሕ ርትዕ እንዲታይለት ፍርድ እንዳይዛባበት የአዋጅ ትእዛዝን አዘዘ። ከዚህም ሌላ እግዚአብሔር የበለጠ አስደናቂ ተአምር አደረገለት። በነገሠ በሦስተኛ ዓመት[150] የንጉሥ ዘርአ ያዕቆብን አጽም ከሞተ ከ፴ዓመት[151] በኋላ ወደ ጣና ደሴት አስወስዶ በደጋ [እስጢፋኖስ] ገዳም[152] እንዲያርፍ አደረገ። ጻድቃንም በምትባለው ዛፍ ሥር እስከሬት እንደ አረፈ ከአጽሙ ውስጥ ይህች ሥፍራ የዘለዓለም ማረፊያዬ ናት የሚል ድምፅ ተሰማ። ከዚህ አስደናቂ ተአምርም የተነሳ የንጉሡ ታላቅነትና መንፈሳዊነት ታወቀ። [ንጉሥም] ተረዳ። እነሆ እስከዛሬም ድረስ ሲነገር ይኖራል።

በዘመነ መንግሥቱም ንጉሥ ናኦድ በአፋቸው ክርስቲያን ነን እያሉ በሕሊናቸው የጌታችን የኢየሱስ ክርስቶስን ከቅድስት ድንግል ማርያም መወለድ የሚክዱ፤ በአርብና በረቡዕ እንዲሁም በታላቁ የሁዳዴ ጾም የሚበሉ፤ ለቅዱስ ሥጋውና ለክቡር ደሙ ስግደት የሚገባውን የኢየሱስ

150 1488ዓ.ም.

151 1490 ዓ.ም. ይሁን እንጂ የሁለት ዓመት ልዩነት ያሳል።

152 ዛሬ ገዳሙ አንድ የአልፈረሰ አጽም የንጉሥ ዘርአ ያዕቆብ ነው በማለት በመስታወት አድርጎ ለጎብኝዎች ያሳያል።

ክርስቶስን ሥጋና ደም ተቀብለው ከወጡ በኋላ ተመልሰው የሚተፉ፣ የአይሁድ ወገን የሆኑ ክርስቲያን መሰል አይሁዳንን አጋለጠ።

እነዚህን ከውሾችና ከጅቦች የከፋ የአይሁድ ወገኖች የሆኑትን ርኩሳን ቅድስት ድንግል ማርያም እመቤታችን ከእጆቹ ጣለችለት። ከካህናቱና እንደዚሁም ከወንዶቹና ከሴቶቹ ወገንም ጭምር አጥንቶቻቸው እስኪታዩ ድረስ ገርፎ ደማቸውን አፍስሶ የነዚህን ከሀዲዎች ሥጋ ለአራዊት ምግብ አደረጋቸው። ከዚህ የተነሳ ቀድመው በእነዚህ ከሀዲዎች መጥፎ ተግባር እየሰሙ አዝነውና ተክዘው ይኖሩ የነበሩት የተመረጡት የክርስቲያን ወገኖች ሕሊናና የእግዝትነ ማርያምን ሕሊና አስተነፈሰ።

ዋቢ መጻሕፍት

አለሙ ኃይሌ፣ 2007፣ *የኢትዮጵያ ታሪክ የአጼ ዘርአ ያዕቆብ እና የአጼ በእደ ማርያም ዜና መዋዕል*፣ አዲስ አበባ።

አትሮንስ ማርያም ከንጉሥ ዘርአ ያዕቆብ እስከ ንጉሥ ልብነ ድንግል ታሪክ ነገሥት፣ 64 ቅጠል (አማራ ሳይንት)፣ የፎቶ ቅጂ፣ 2008።

Manuscrits éthiopiens 247, collection Mondon-Vidailhet, BNF (የፈረንሳይ ብሔራዊ ቤተ መጻሕፍት) 132 ቅጠል። ከንጉሥ ዘርአ ያዕቆብ እስከ ንጉሥ ልብነ ድንግል ያለውን ታሪክ ያጠቃልላል። በንጉሥ ምኒልክ ዘመን ወደ አማርኛ የተተረጎሙ ናቸው።

Manuscrits éthiopiens 105, Collection D'Abbadie, BNF (የፈረንሳይ ብሔራዊ ቤተ መጻሕፍት BNF (የፈረንሳይ ብሔራዊ ቤተ መጻሕፍት BNF (የፈረንሳይ ብሔራዊ ቤተ መጻሕፍት)።

McCann, J. 1977." The Ethiopian chronicles: an African documentary Tradition," *NEAS*, vol.1 (2).

Kropp, M. 1988."The Ser'atä Gebr: A Mirror view of Daily life at the Ethiopian Royal court in the middle ages," *NAS*, 10 (2-3), pp. 52-87.

Kropp,M. 1983-84."La réédition des chroniques éthiopiennes: perspectives et premiers résultants," *Abbay*, n° 12, pp.49-72.

Pankhurst, R. 1969. *The Royal Chronicle of (Ethiopia) Abyssinia*, London.

Perruchon, J. 1893. *Les Chroniques de Zar'a Yâ'eqôb de Ba'eda Mâryâm, rois d'Éthiopie de 1434 à 1478*, Paris.

Perruchon, J. 1894. «Histoire d'Eskinder, d'Amda Seyon II et de Naod, rois d'Éthiopie», *Journal Asiatique*, Paris, série 9 (3), pp. 319-366.

መጠቁም

ሐድያ, 9-10, 12, 21, 49
ሄገኖ, 8, 43
ሊቀ መጣኒ, 17, 55, 66
መሐመድ, 9, 10, 25, 27, 55
መሐሪ ክርስቶስ, 48
መልከኛ, 6, 8, 16, 26-27
መርሐ ክርስቶስ, 14, 55-56, 61, 63, 75-76
መርጡለ ሚካኤል, 29, 41, 63
መብልዕ ደጅ, 13
መንዝሕ, 50, 54
መድኀን ዘመዳ, 6, 8
ማሒኮ, 9-10
ማንገፎ, 57
ምስርቃና, 20, 27
ምድረ አይዳ, 59
ምድረ ኢባ, 30-31, 41
ሠራዌ, 21
ሰቀላ ቤት, 13, 19, 52
ሰንደቅ,27
ሲሬ, 22
ሥርዓተ ቍርሐት, 22, 23, 38, 53, 54, 73-74, 81
ሥርዓተ ጉዞ, 20
ራቅ ማሰሬ, 8, 13, 43
ሮምን ገነየላ, 8
ሸዋ, 13, 24, 50, 65, 75, 82, 85
ሽልማት ደጅ, 13
ቂርቆስ, 31
ቃለ ሐጼ, 9, 38, 42, 56, 60
ቅዳ, 14, 25, 32, 37, 64
በረከት ቤት, 18
በአደል ዋዝት, 16
በዓለተ ሽህና, 18
በጌ ምድር, 8, 42
ባሕር ነጋሽ, 10, 16-17, 21, 77
ብሕት ወደድ, 6-7, 42, 49, 67, 73, 77, 81
ብርሃን ዘመዳ, 6, 42
ትግሬ መኮንን, 21-23, 60, 62
ኑብረ እድ ኖብ, 7
ናዝሬት ቤት,18-19, 50
ንጉሥ ልብነ ድንግል, 3, 4, 6, 9-10, 12, 14, 17, 20, 33, 51, 84, 89,
ንጉሥ በእደ ማርያም, 3, 14, 22, 29-30, 43, 45, 48-50, 52-55, 60-62, 68, 71-76, 78, 81-82, 85
ንጉሥ ናኦድ, 85-86
ንጉሥ እስክንድር, 14, 16, 22, 29, 64-65, 76, 81-85
ንጉሥ ዘርአ ያቆዕብ, 1, 3-5, 37
ንጉሥ ይኩኖ አምላክ, 72
ንጉሥ ዳዊት, 3, 5, 10, 24, 27, 29, 32, 39, 53, 61-65

91

ንጉሥ ገላውዴዎስ, 4, 11, 43
ንግሥት እሌኒ, 9, 25, 27, 73-74
ንግሥት እግዚአ ክብራ, 39
በአልቴሐት, 9, 15, 18, 24, 27, 31, 73-74
አምደ ሚካኤል, 8
አርሆ, 83
አቁት, 13, 16, 30, 41
አባይ, 65
አትሮንስ እግዝእትነ ማርያም, 52, 54-55, 71
አክሱም, 21-23, 28, 38, 54, 62
ሐዋሽ, 28
አውራሪስ, 8
አደላ, 4, 10-11, 21, 38, 56, 60, 64-65, 75, 77, 82
አደል መብረቅ, 21
አፀደ ሚካኤል, 41
አጽናፍ ሰገዱ, 8
ኢትዮጵያ, 10, 18, 28, 32, 37, 42, 51, 56, 71
ዓመተ ጊዮርጊስ, 8
ዓምደ መስቀል, 6
ዓቃቤ ሰዓት, 27, 71, 81
ዓቃቤ ጽንጽንያ, 23
ዓበለ ማርያም, 8
እንድርያስ, 43, 55
እግዝእት ሮምና, 64
ከላንቶ, 52
ከረዲን, 28
ከንቲባ, 22, 72
ወጅ, 8, 49, 75,
ዋስል, 28, 62
ዘርአ ጽዮን, 5, 43
ዝማ, 72
ዝን ማሰሬ, 17, 22

ዝን ቤት ጠባቂ, 15-17
ዝን ጸገና, 21, 28, 57, 77
የለባሻ, 29
በደመና አምባ, 16-17
ደስክ, 4, 5, 49
ደበና, 13
ደብረ ሊባኖስ, 14, 24-26, 28, 40, 44, 51, 55, 63
ደብረ ምጥማቅ, 13, 25, 33, 40, 50
ደብረ ብርሃን, 10, 14, 16, 19, 26, 30-33, 39-40, 41, 44, 47, 50, 51, 52, 59, 63, 72
ደብረ ነጉድንድ, 14, 24, 28, 33, 39, 40, 51, 71-72
ደብረ ዳሞ, 3, 7, 12, 18, 48, 62
ደዋሮ, 9, 21, 26, 40, 56, 65
ዲኖ, 4, 43
ዳሞት, 8, 10-11, 49
ዳግማዊ ንጉሥ አምደ ጽዮን, 84
ድል ሠምራ, 8, 42-43
በድል ሾተል, 16-17
በድል ደመና, 16-17
ድብ አንበሳ ነጋሪት, 20, 27
ዶብአ, 56, 58, 60, 62, 74
ጀጎል, 11-13, 16, 31, 66
ጃንደረባ, 16, 64
ጅጅኖ, 28, 53, 73
ገራድ, 9-12, 25-28, 40, 49, 59, 64, 67, 76-77
ገራድ መሐመድ, 9-10, 25, 27
ገራድ ባሞ, 10-11
ገብረ ኢየሱስ, 15, 67, 75-77
ገነት ጊዮርጊስ, 82
ገንዝ, 8, 49
ገኝ, 8, 21, 41, 49, 58
ገዳዮች, 9-11

ገድብ ሐሚድስ, 56
ጉልት, 12, 24, 26
ግብር, 8-10, 15-19, 23, 44, 48, 50-51, 55, 59, 65, 67, 74
ግድም, 8, 21, 42, 49, 62
ጉሽዓሮ, 7
ጉጃም, 4, 8-9, 65,
ጉጃም ነጋሽ, 65
ጥልቅ, 22, 29, 41

ጨዋ, 9-12, 16-17, 21, 38, 5659, 61, 65, 67, 85-86
በፀር ሾተል, 10, 16-17
ጸሐፊ ላም, 49
ጸሰርጌ አምኃ ኢየሱስ, 6-7, 38, 42, 66
ጽራን ጠባቂ, 16, 17
ፈጠጋር, 8, 15, 21, 29, 49
ፎጠት, 67

www.ingramcontent.com/pod-product-compliance
Lightning Source LLC
Chambersburg PA
CBHW021946160426
43195CB00011B/1241
* 9 7 8 1 5 9 9 0 7 3 2 2 4 *